கடந்து போன பயணங்கள்

சி. ரா.சங்கர்

ஏலே பதிப்பகம்

கடந்து போன பயணங்கள் - கதை
All CopyRights Reserved By சி. ரா.சங்கர் 2022
Author: சி. ரா.சங்கர்
First Edition: May 2022
சி. ரா.சங்கர்

Published By:
Aelay Publish
5/175, Fathima nagar,
Kuthenkuly,
Tirunelveli -627104
Phone: 9944992571

Design And Executed by

ISBN 978-93-5533-417-6
Page : 50

பொருளடக்கம்

பயண நாள்

இந்த காலை அனைவருக்கும் சாதாரண காலையாகவே அமைந்தது. பள்ளி சிறுவர்கள் சிரித்து கொண்டே செல்கிறார்கள். வயதான பாட்டியின் விரல்களுக்கு இடையில் நாரினால் கழுத்து இறுகி கொண்டு தவிக்கும் பூக்கள். பட்டதாரி இளைஞனின் இட்லி கடையில் கூடிய கூட்டம். கண் தெரியாத மனிதனின் பாட்டு. குழந்தையின் அழுகை.அனைவருக்கும் சாதாரண நாள் தான் ...ஆனால் எனக்கு இல்லை . ஆம்! என்னை அச்சுறுத்தும் காலை . அதற்கு காரணம் பேருந்து பயணம் ..

இந்த பணத்தில் என்ன அச்சுறுத்தல் என்று யோசிக்க வேண்டாம் . எனக்கு பயணம் என்றாலே அச்சுறுத்தல் தான்.அதன் வார்த்தை கேட்டால் பள்ளிபருவத்தில் என் கணக்கு விடை தாள் என் கையருகில் வரும் போது வரும் அதே அச்சம்... அதன் காரணம் "வாந்தி". சிறு வயதில் நான் பயணத்தில் பட்ட கஷ்டம் . அது முதல் பேருந்தில் செல்லும் முயற்சியை கைவிட்டேன்.இதை கேட்கும் போது சிரிப்பாக இருக்கும் . ஆனால் அனுபவமே ஒரு மனிதனின் ஆசான். இதை எல்லாம் யோசித்து கொண்டு இருக்கிறேன். ஆனால் பேருந்தோ கிளம்பியது.

எனக்கு நண்பனாக அன்று நான் அழைத்து கொண்டு போனவன் எலுமிச்சைபழம்..இருக்கை தேடினேன் ஒருபக்கம் கூட்டமாகவும் ஒரு பக்கம் இருக்கை தூங்கிகொண்டும் இருந்தது. முட்டாள் மனிதன் தூங்கிய இடத்தை விட்டுவிட்டு அங்கே நெருக்கி கொண்டு இருக்கிறார்கள் . அவர்களுக்கும் தனிப்பட்ட இருக்கை மேல் தான் காதலோ போல என்று எண்ணிக்கொண்டு தூங்கிய இருக்கையை காலை வணக்கம் சொல்லி எழுப்பி விட்டேன்.

பேருந்து சென்ற சிறிது நேரத்தில் நடத்துனர் தன் சில்லறை பையுடன் வந்தார். பேருந்தின் குலுங்கல் உடன் நடத்துனர் சில்லறை சத்தம் எதோ இளையராஜா இசைக்கு தாளம் இட்டியது. என்னவளின் குறும்புகளை நினைத்தபடி

கடந்து போன பயணங்கள்

கண் மூடினேன். சிறிது நேரம் என் மேல் ஒரு கனல் வீசியது. கண்ணை திற என்று ஒளியை அனுப்பினான் கதிரவன்.

இப்போது அவன் எனக்கு காலை வணக்கம் சொல்லிவிட்டான்.. இப்போது தான் தெரிந்தது இருக்கைக்கு எதற்காக சண்டை என்று... இனி வரும் நாட்களில் நானும் அதில் பங்கேற்க வேண்டும் என்ற பயத்தில் சூரியனின் ஊட்டச்சத்தை வாங்கி கொண்டே சென்றேன்.

என் பேருந்து சந்திப்பு வந்த உடன் மாலை வருகிறேன் அதுவரை தூங்கிகொள்ளுங்கள் என கூறியபடி வெளியேறினேன்.இதில் ஒரு நற்செய்தி என் நண்பன் எனக்கு உதவ வில்லை .வாந்தி வரவில்லை..காலை புத்துணர்ச்சியுடன் சென்றேன்....

வேலை முடிந்து பேருந்து நிறுத்தத்தில் வந்தேன்... தேநீர் வாசனை இழுத்தது.. பேருந்து நிலையம் என்றாலே தேநீர் கடை கட்டாயம் . இது அம்பேத்கர் எழுதாத சட்டம் .. நண்பர்களின் நினைவும் வந்தது..

அழகான நேரங்கள் எங்களுக்கு தேநீர் கடைகளே தந்தது. புன் சிரிப்பு மலர நினைவில் நின்றேன்.

திடிரென ஒலிப்பான் சத்தம் கேட்டது. அனைவருக்கும் தூரத்தில் பேருந்து தெரிந்தது ... ஆனால் எனக்கோ என் கணக்கு வாத்தியாரின் முகம் தெரிந்தது.. அவர் ஒரு கையில் விடைத்தாளும் மறு கையில் பிரம்புடன் வருவது போல இருந்தது... என் நண்பனும் மாலை ஆகியதால் வாடிவிட்டான்.. பேருந்தில் ஏறினேன். ஜன்னல் இருக்கை கிடைத்தது . சிறிது மகிழ்ச்சி தான்... இயற்கை தாய் அன்று ஆனந்தமாய் இருந்தால் போல... காற்றின் வேகம் அதிகமாவே இருந்தது.

இப்போது நமக்கு தேவை ஒருவரே "இளைய ராஜா ".. கைபேசியில் ஒலிக்க ஆரம்பித்தன பாடல்கள்.. தன தன தான னனா தான னனா ன........ கண் மேல் இமை கீழ் இமையை கட்டி

அனைத்து காதல் புரிந்தது. இளையராஜா பாடல் கேட்டால் யாருக்குதான் காதல் வராமல் இருக்கும். அயர்ந்து தூங்கினேன். நேரம் கடந்தது திடிரென பேருந்து நின்றது.. என் நிறுத்தமும் வந்தது. இளையராஜாவில்

தொடங்கிய பாடல் அவர் புதல்வன் பாடல் வரை வந்து விட்டது. ஒரு மணி நேர பயணம் இன்று முடிந்தது....

கடந்து போன பயணங்கள்

நங்கை இவள்

நேற்று போல் சூரிய நமஸ்காரம் செய்யாமல் இருக்க இருக்கை போர் நடத்தி வெற்றி கொள்ளும் எண்ணம் மனதில் ஓட என் கைபேசி நண்பனிடம் நேற்று இரவே கூறியிருந்தேன். "நண்பா" நாளை அதிகாலை என்னை எழுப்பு. ஒருமுறை எழுப்பினால் கண்டிப்பாக நான் விழிக்க மாட்டேன்.. ஆகையால் மூன்று , நான்கு முறை எழுப்பி விடு என்று சொல்லிருந்தேன்.. அவனும் அவன் வேலையை சரியாக செய்யவே , நானும் விழித்தேன்.

அவனுக்கு வெகுமதி கொடுக்க அவனுக்கு பிடித்த உணவை மின்னாற்றலாய் வழங்கினேன்.. பிறகு போருக்கு தயார் ஆனேன். போர்க்களம் நோக்கி சென்றேன்.... ஆனால் போர் உத்திகள் கைகொடுக்கவில்லை... அதற்கு தண்டனை கொடுக்க கதிரவன் வந்தான்.. அவன் என்னை பார்த்து இன்று அதிகமாவே சிரித்தான்... பயணம் தொடங்கியது. சிறிது தூரம் சென்று கொண்டிருந்தது..

இளையராஜா மெட்டுடன் நடத்துனர் வந்தார். என் முன்னால் உள்ள இருக்கையில் ஒருவன் பயணசீட்டு கேட்க ஐம்பது ரூபாய் கொடுத்தான் .. பயண சீட்டு விலையோ "இருபத்து எட்டு" .நடத்துனர் எங்கள் ஊர் எல்லை அய்யனார் ஆக மாறிவிட்டார். மனதில் நினைத்தேன் ஐம்பது ரூபாய்க்கு அய்யனார் ஆன நடத்துனர்

என்னிடம் உள்ள ஐநூறு ரூபாய்க்கு என்ன ஆக போகிறாரோ என நினைத்து. என் பையை திறந்து தேடினேன்.. அதிர்ஷ்டம் என் பக்கம் ... என் பையில் முப்பது ரூபாய் இருந்தது. கர்வமாய் எடுத்து நடத்துனரிடம் கொடுத்தேன் .. ஆனாலும் அய்யனார் முகம் மாறவில்லை. இரண்டு ரூபாய் பிறகு தருகிறேன் என சொல்லி சென்றார். அவர் மனைவியிடம் சண்டையாக இருக்கும்.அதனால் தான் இப்படி...
எந்த கணவன்தான் மனைவியிடம் சண்டையிட்ட ஜெயிக்க முடியும்... அந்த அன்பு சண்டை நீளாமல் தடுக்கவே முடியும்....என் எதிர்கால சண்டையை நினைத்துச் சிரித்தேன்..

பிறகு பையை விரித்து புத்தகத்தை எடுத்தேன். என் எதிரியை எதிர்க்க எனக்கு கிடைத்த ஆயுதம் புத்தகம். எனக்கு புத்தகம் வாசிக்க பிடிக்கும். அதை பயணத்தில் வாசிப்பது முதல் தடவை .. பெருமாள் முருகனின் பூனாசி கதை..

மனிதன் எதை ரசித்து இதை எழுதினாரோ காதல் என்பது மனிதன் மட்டும் அல்ல விலங்கிற்கும் உண்டு.. அதை ஒரு பெண் ஆடாக ஆரம்பித்து ஒரு பெண்ணின் கதையாக பாவிக்க வைத்தார் பெருமாள் அய்யா... சிறிது நேரத்தில் அலுவலகம் வரவோ போர்க்களம் விட்டு விடைபெற்றேன்... கடைசி வரை அய்யனார் இரண்டு ரூபாய் தரவில்லை அய்யனாரிடம் கேட்க பயம்...அவருக்கு காணிக்கை என மனதில் நினைத்து அலுவலகம் சென்றேன்...

மாலை நேரம் அலுவலகம் முடிந்தது பேருந்து நிலையம் வந்தேன். அதிகமான பேருந்து நின்றது. நம் எமன் காணவில்லை வரும் வரை என்ன செய்யலாம் யோசித்தேன்..
நண்பர்கள் நினைவை அசை போடலாம் என நினைத்து தேநீர் கடைக்கு சென்றேன்... கடுமை என்றாலே பிடிக்காது வாழ்க்கையிலும் சரி தேநீரும் சரி. தூள் குறைவாக தேநீர் சொல்லிவிட்டு மெதுவடையுடன் மெதுவாக அமர்ந்தேன். சில நிமிடங்களில் தேநீர் வந்தது. நான் தேநீர் பிரியன்.

சொந்த ஊரை விட்டு வெளிவந்த இளைஞன் யாருக்கு தான் தேநீர் பிடிக்காமல் இருக்கும்.எத்தனை நாள் பசி போக்கியது இந்த அமிர்தம்... மெல்ல ரசித்து குடித்தேன்..

எமன் என்னை கடந்து செல்லும் சுய நினைவு கூட இல்லாமல் நண்பர்களின் நினைவுடன் தேநீர் சுவையையருசித்தேன்.ருசி முடிந்ததும். தேநீர் தந்த நாயருக்கு நன்றி சொல்லிவிட்டு வெளியே வந்தேன் .. என்னுடன் பேருந்துக்காக காத்திருந்த சக பயணிகளை காணவில்லை.

பக்கத்தில் கேட்டேன் .சில நிமிடம் முன் வந்த பேருந்தில் சென்றார்கள் என்று முதியவர் சொன்னார். அய்யோ அடுத்த பேருந்துக்காக காத்திருக்கவேண்டும்.

கடந்து போன பயணங்கள்

மணி நேரம் கடந்து பேருந்து வந்தது. நெடு நேரம் நின்றதால் எனது கால் ஓய்வு வேண்டி போராட்டம் செய்தது .. பேருந்தோ அதி கூட்டம் அதில் இருக்கை காலியாக இல்லை .. ஆனால் என் கண்ணில் ஒரு இருக்கை மட்டும் தென்பட்டது.. அதில் ஒருவர் மட்டுமே இருந்தார்...சரி என்று பக்கத்தில் சென்று பார்த்தேன். அதில் இருந்தது "திருநங்கை". இப்போது தெரிந்தது ஏன் இருக்கை காலி என்று.இதுவே சிலையாக கருவறைக்குள் இருந்தால் மாலை இட்டு அபிஷேகம் நடக்கும் . மனிதனாய் பிறந்தால் ஒடுக்கப்படும் உலகம். என் தாய் இப்படி பிரித்து நடக்க உபதேசம் செய்ததில்லை.. என் தமிழோ இவர்களை ஒதுக்க வேண்டும் என்று பாடம் கற்பிக்கவில்லை.. அருகினில் அமர்ந்தேன்.

என் கால்கள் போராட்டத்தை கைவிட்டு ஓய்வுக்கு சென்றது. பேருந்து செல்கிறது.. அந்த சகோதரி என் முகத்தை அப்போது பார்த்து என்ன பா என் அருகில் அமர்ந்துகொண்டாய் என்று ஆச்சிரியதோடு கேட்டார்கள்.. இதில் என்ன தவறு.

இருக்கை காலியாக இருந்தது அதனால் தான் சகோதரி என்றேன். அவள் கண்கள் கலங்கின. முதல் முறை இந்த வார்த்தை கேட்கிறேன் என்றாள் என் சகோதரி.. என் தாய் உங்களை சகோதரியாக தான் பார்க்க சொல்லி தந்தாள். அவளது நிறுத்தம் வந்ததும் . எனக்கு ஆசி வழங்கிவிட்டு சென்றாள் என் சகோதரி.. ஜன்னல் இருக்கை கிடைத்தும் மனம் சந்தோசம் அடையவில்லை.. மனதில் அந்த சகோதரி நினைவு.

"எவ்வளவு கனவுகள் சுமந்திருப்பாள்."
"எவ்வளவு அவமானம் பட்டிருப்பாள். "
"எவ்வளவு ஆசைகள் வளர்திருப்பாள்."
"எவ்வளவு சூழ்நிலை கடந்திருப்பாள்."
அவளது மொத்த கதையும் ஒரு கண்ணீர் துளியில் சொல்லிவிட்டு அந்த துளியையும் துடைத்து விட்டு இதுவும் கடந்து போகும் என்று நினைத்து சென்றாள்.

ஆம் காலம் கடக்க தான் செய்தது . ஆனால் அவர்கள் கஷ்டம் அதிகரிக்க மட்டும் தான் செய்தது. பொய் சிரிப்பை வெளிக்காட்டி வாழும் அனைத்து சகோதரிகளும் மனதில் ஒரு இலச்சியத்தை வைத்து தான் வாழ்கிறார்கள். அவர்கள் இலச்சியம் வெல்ல வேண்டும் என நினைத்தே பேருந்து விட்டு இறங்கினேன்..

கடந்து போன பயணங்கள்

காதல் புறா

நேற்று நடந்த செயல் இன்று வரை மனதில் ஓட போர்க்களம் ஆசையே இல்லாமல் சென்றேன்.. என் கைபேசி நண்பன் ஒருமுறை எழுப்பவே விழித்தேன். நேரம் முன்னதாகவே வந்ததால் போர்கள சண்டைகள் இல்லாமல் இருக்கை கிடைத்தது. மன அமைதியோடு அமர்ந்தேன். இன்று இளையராஜா மெட்டு காதில் கேட்கவில்லை. கூட்டங்கள் நிறைந்தும் தனித்து இருந்தேன்..

அய்யனாரிடம் வாக்குவாதம் இல்லை. சிறிது தூரம் கடந்தே ஒரு சகோதரன் அவர் குழந்தையை மடியில் அமர வைக்க முடியுமா அதி கூட்டம் என்றார். நானும் தலையசிக்கவே மாமாவிடம் செல் பாப்பா என்றார் என் அத்தான்..

நானும் மருமகனை வாங்கி மடியில் வைத்தேன். உன் பெயர் என்ன என கேட்டேன். அவனோ "பாரதி" என்றான். கண்ணமா இல்லாத பாரதி. வருங்காலத்தில் என்ன ஆக போகிறாய் என்று உலகத்தின் பொது கேள்வியை கேட்டேன்.

அவன் கண்ணில் நடத்துனர் படவே நடத்துனர் ஆக போகிறேன் என்றான்.

சிறிது நேரம் கழித்து காவல் நிலையம் பார்த்து காவலர் ஆக போகிறேன் என்றான்.

நானும் சிறுவயதில் காவலர் ஆகும் கனவுகள் கண்டிருக்கிறேன்.பிறகு கலாம் அய்யாவை தெரிந்த பிறகு அறிவியல் துறையில் சாதனை செய்ய ஆசைப்பட்டேன். இன்றோ அலுவலக வேலை. "சிரித்தேன்"

ஏன் சிரிக்கிறாய் மாமா என்றான். என் மருமகனை பார்த்து உன் மாமா சிறுவயதில் ஒரு மாமாவிடம் சொன்ன கதை நினைத்தேன் என்றேன். சிறிது நேரம் கழிய பேருந்தில் யாரோ ஒருவர் கைபேசி மெல்லிய குரலில் பாட கேட்டுகொண்டே இருந்த என் மருமகன் என்னை பார்த்து நான் பாடல் ஆசிரியர் ஆக போகிறேன் என்றான்.. பொருத்தமுள்ள யோசனை.. நவயுக பாரதியாய் பவனி வா உலகில் என்றேன்.

குழந்தை மனம் அழகு. சில நேரத்தில் என் குழந்தை பருவம் நியாபகங்கள் என்னை தொட்டு விட்டு சென்றன. கவலை ,கண்ணீர் கனவு எதையும் சுமக்காமல் தூங்கினான் என் மருமகன். சகோதரி சொல்லிய வார்த்தையை இவன் சொல்லாமல் கடந்து சென்றான். பிறகு என் நிறுத்தம் வரவோ எழுந்து சுப்ரமணிய ஐயர்க்கு இடம் கொடுத்து நான் கண்ட பாரதியுடன் விடை பெற்று கொண்டேன். இன்று கருமேகம் வந்ததால் கதிரவன் விடுப்பு எடுத்தான்.

அவன் வந்திருந்தாலும் என்னை பார்த்து சிரிக்க முடியாது....அலுவலகம் விட்டு பேருந்து நிலையம் வந்தேன்.

தேநீர் கடை அருகே நிற்காமல் சிறிது தொலைவில் நின்றேன்.. கை ஊனம் என ஒருவர் வந்து தானம் கேட்கவே என் சட்டை பாக்கெட்டில் இருந்து இரண்டு ரூபாய் பெருமனதோடு அவர் கையில் சென்றது. ஏதோ அவர் வாழ்கையே காப்பாற்றி அவருக்கு நல்ல வாழ்க்கை வாழ வழி வகுத்த பெருமை எனக்கு.

அவருக்கோ, இரண்டு ரூபாய் வைத்து பாதி தேநீர் கூட கிடைக்காதே என்ற கோவத்தில் சென்றார். சிறிது தூரம் சென்று அருகில் இருந்த மதுபோதை கடைக்கு சென்று மது வாங்கி வந்தார்.

எந்த கை ஊனம் என்றாரோ அதே கையால் அழகாய் பாட்டில் திறந்தார். முன்பு நான் கொடுத்த ரூபாய்க்காக என்னை கோவமாக பார்த்து சென்றார். இப்போதோ நான் கொடுத்த இரண்டு ரூபாய் தான் அவர் மதுவுக்கு ஊட்டம் சேர்த்தது "ஊறுகாயாய்".

பேருந்தும் வந்தது. புதிய பேருந்து போல அழகான இருக்கை, குழல்விளக்குகள் தெளிவு. பேருந்தில் இருக்கை நிரம்பியது . நானும் ஒரு கம்பியின் உதவியுடன் நின்றேன். பயணத்தை தொடங்கினோம்.

நடத்துனர் கைபேசி பேருந்தின் ஒலி பெருக்கி உடன் இணைந்து தொலை தூர காதல் புரிய ஆரம்பித்தது. நடத்துனர் அவருக்கு பிடித்த பாடலை அனைவருக்கும் பிடிக்கும் என நினைத்து தொடங்கி வைத்தார்.

கடந்து போன பயணங்கள்

அவர் சிறிது வயதுமுதிர்ந்தவர் ஆகவே பாடல்கள் எங்களை சிறிது காலம் பின்தள்ளி கொண்டு சென்றது.. புதிய பேருந்து என்பதால் படகு போல சென்றது.. அடுத்த நிறுத்தத்தில் ஒரு காதல் புறாக்கள் ஏறினார்கள். இருக்கை இல்லாததால் நின்று கொண்டே பயணம். அதுவும் அவர்களின்

அன்புக்கு அழகாக தெரிந்தது. பாடல் ஒலியில் மெய்மறந்து நின்றார்கள். பார்க்கவே அழகாக இருந்தது.

அவர்கள் ஒருவர் காதருகில் ஒருவர் முணுமுணுத்து கொண்டே பாடல் வரிகள் அவர்களுக்காகவே எழுதபட்டதை போல ஆனந்த சிரிப்பிற்கும் பஞ்சம் இல்லாமல் சிரித்தார்கள்.

ஒரு கணத்தில் பயணிகள் அனைவரும் அந்த புறாக்களை ரசித்தார்கள். என்னை போல் சில பேர் அந்த புறாக்கள் போல வாழ ஆசையும் பட்டார்கள். இளையராஜா பாடலில் அந்த புறாக்கள்

வாழ்வதை பார்த்தால் யாருக்கு தான் ஆசை வராது. அந்த புறாக்கள் நிறுத்தம் வரவே நடத்துனர் மெதுவாக அவர்களை கீழே இறக்கி விட்டார்.

வயதானவர்களுக்கு உதவ நடத்துனர்க்கு மகிழ்ச்சி போல.

அந்த வயதான புறாக்கள் மெதுவாக பறந்தன. கணவன் மனைவி அமைவதெல்லாம் இறைவன் கொடுத்த வரம்.

ஆனால் அதை அழகாக கொண்டு செல்வதோ அவரவர் நடக்கும் விதம். வயதாகியும் உனக்கென நான் எனக்கென நீ என வாழ்கிறார்கள் அந்த வயதான புறாக்கள்... நா.முத்துக்குமார் பாடல் வரவோ அவர் வரிகளில் நேரம் கழித்தேன். பயணம் முடிந்தது. ஒரு நல்ல படம் பார்த்த அனுபவம் இந்த பேருந்து தந்தது. அழகான பொழுதுகளும் கழிந்தன.

ஆனந்த யாழ்

எப்பொழுதும் போல இன்றும் இயந்திர உலகத்தில் இயங்க ஆரம்பித்தேன்.. நேரமோ என்னை விட வேகமாக செல்ல போர் முடிந்து பேருந்தோ சென்றது.. காலை ஆரம்பமே அமர்க்களமாக உள்ளது என நினைத்து கவலை சேர்ந்த சிரிப்பில் சிரித்தேன்..

அடுத்த பேருந்தோ வர அதில் அமர்ந்தேன். இது காந்தியவாதி பேருந்து போல போர் நடக்காமல் அனைத்து இருக்கையும் தூங்கிக் கொண்டே இருந்தது. நான் ஒரு இருக்கையை எழுப்ப அதில் அமர்ந்தேன். சிறிது நேரத்தில் பேருந்தும் கிளம்பியது.

"காலியான இருக்கைகளுடன்"...

பயணிகளின் ஒலி பரிவர்த்தனை இல்லாமல் சென்றது ..... பழைய பேருந்து ஆகையால் இளையராஜா மெட்டு இன்று கானா மெட்டாக மாறியது. ஜன்னல் கதவு பழுதடைந்து இருந்தது.. அதனாலே அந்த கானா மெட்டு. நேரம் சென்றது திடிரென பெண்கள் கூட்டம் அதிகமாகவே எனக்கு சந்தேகமே வந்து விட்டது மகளிர் மட்டும் பேருந்தில் ஏறி விட்டேனோ! என்று...

பிறகு தான் தெரிந்தது .இதில் பெண்களுக்கு மட்டும் இலவச பயணசீட்டு என்று. இரு பள்ளி சிறுவர்கள் வரவே என் அருகில் இருந்த ஒற்றை இருக்கையை இருவரும் ஆக்கிரமிப்பு செய்தனர்..

ஐந்தாம் வகுப்பு படிக்கும் சிறுவர்கள். அவர்கள் பேசிக்கொண்டார்கள் . அதில் ஒருவன் நான் கணினியில் சில செயலிகளை முடித்து விட்டேன் என்று ஒரு புத்தகத்தை காட்டினான் அவன் நண்பனிடம்....

என் ஒரக்கண் புத்தகத்தை பார்த்தது . நான் பத்தாம் வகுப்பில் இதை படித்த நியாபகம்.. அப்போது கூட சரியாக வரவில்லை என ஆசிரியர் என்னிடம் சொன்னார் உன் பெற்றோரிடம் சொல்லி ஒரு ஜோடி மாடு வாங்கி தர சொல்லணும் ..ஆனால் அந்த வயனஞ்சக ஆசிரியர் என் பெற்றோரிடம் சொல்லி அந்த நல்வாய்ப்பை எனக்கு தரவே இல்லை. தந்திருந்தால் இன்றோ யாருக்காகவோ வேலை

கடந்து போன பயணங்கள்

செய்து குறைந்த சம்பளத்தில் அடிமாடாய் இருந்திருக்க மாட்டேன்.. ஆனால் அப்படி இருந்ததால் தான் இந்த பேருந்து அனுபவம் கிடைத்தது. மனதில் நினைத்து அமைதி ஆனேன்.

அவன் நண்பனோ நான் எனது கைபேசியில் பாதுகாப்பு உறை வாங்கிவிட்டேன். என் அப்பா எனக்கு நேற்று செலவிற்காக ஐநூறு ரூபாய் தந்தார் அதில் வாங்கினேன்..அட என் சிறு வயதில் "ஆசை" மிட்டாய் மேல் வந்த ஆசையினால் உண்ணாவிரதம் இருந்து இரு மிட்டாய் வாங்கிய நியாபகம்.

அவன் சமூக வலைதள செயலியில் நூறு பேர் அவனை பின்தொடர்கிறார்கள் என்றும் உன்னையும் பின்தொடர நான் அனைவருக்கும் குறுஞ்செய்தி அனுப்புகிறேன் என்று கர்வமாக பேசி கொண்டான். நானும் என் நண்பனிடம் சிறு வயதில் இவ்வாறு பேசி இருக்கிறேன்.

என் தமிழ் புத்தகம் இருபத்து நான்காம் பக்கம் பாரதியின் ஓடி விளையாடு பாடல் வரிகளின் மேல் படர்ந்து கொண்டு இருந்த மயில் இறக்கை நாளை குட்டி போடும் என்றும் அது போட்டால் கண்டிப்பாக தருகிறேன் என்றும் சொல்லியிருந்தேன்.. பிறகு வீட்டிற்கு வந்து அம்மாவிடம் சொல்லி நாளைக்காக காத்திருந்தேன்.

எனக்கு தேவையான ஒரு விஷயம் என் தாயிடம் கூறினால் மட்டுமே நடக்கும் என பெரிய நம்பிக்கை "அன்றும் சரி இன்றும் சரி". அவளோ நான் ஏமாற்றம் ஆக கூடாது என்று அதை நடத்தி விடுவாள். அவள் அதற்காக செய்யும் தந்திரம் எனக்கு மந்திரமாகவே தெரியும்.. அன்றும் நான் தூங்கிய பிறகு தமிழ் புத்தகத்தை எடுத்து எனக்கு தெரியாமல் மயில் இறக்கைக்கு பிரசவம் பார்த்தாள். இறக்கையில் சிறிது வெட்டி அதன் அருகில் வைத்தாள்.

தாயும் சேயும் நலமாக உள்ளார்கள் என தூங்கிய என் தலையை கோதிவிட்டாள். காலை எழுந்ததும் என் சத்தம் கேட்டு அம்மா ஓடி வந்து பார்த்தாள். மகிழ்ச்சியாக காண்பித்தேன். அம்மாவோ தெரியாதவள் போல செய்

தாய்போல இருக்கிறாள் என்றாள் . சேயை உருவாக்கியவளே நீ தானே...
"நீயும் ஒரு தாய் தானே"..

என் நண்பனிடம் கொடுத்தேன்... அவனும் அதை பத்திரமாக பார்த்துக் கொள்கிறேன் என கடமை உணர்ச்சியுடன் சொன்னான். சிறிது நாட்களிலேயே அவன் இறக்கையும் தாய் ஆனது. அவன் வீட்டிலும் தாய் இருக்கிறாள். ஆகவே நிகழ்ந்தது இது எனநினைத்து கொண்டே இருந்தவன் தூங்கியே விட்டேன்.

என் நிறுத்தம் கடந்து அடுத்த நிறுத்தத்தில் பேருந்து சென்றது .. கூடுதலாக பத்து ரூபாய் கொடுத்து பயணசீட்டு எடுத்து அடுத்த நிறுத்தத்தில் இறங்கி என் அலுவலகம் நோக்கி பாதயாத்திரை சென்றேன்.....

மாலை சிறிது முன்னதாகவே வந்து விட்டேன் .. பேருந்தும் முன்னதாகவே வர அதில் ஏறினேன் .. அது வேறு ஊரில் இருந்து வரும் பேருந்து ஆகையால் கூட்டமாக இருந்தது. ஒரு இருக்கையில் அமர்ந்தேன். என் அருகில் ஒருவன் மிக அதிக மதுவில் இருந்தான்.

என்னை அவன் வட இந்தியன் என நினைத்து ஹிந்தியில் பேசினான். அவனிடம் என்னை தமிழன் என அடையாள படுத்த நான் பட்ட கஷ்டம் முடிவில் பாரதியார் கைகொடுக்க அவரது கவிதைகளை ஒப்பி வித்தேன். அவனும் முழுவதுமாக ஹிந்தியில் பேச அவன் வட இந்தியன் என அறிந்து கொண்டு அவன் போதை தாங்க முடியாமல் வேறு இருக்கைக்கு குடி பெயர்ந்தேன்.

கடந்து போன பயணங்கள்

ஒரு அப்பா தன் மகளை சில நேரமகவே தூக்கி வைத்து கொண்டு நின்றார்.

ஒரு பெண்மணி குழந்தையை நான் மடியில் வைத்து கொள்கிறேன் என சொல்ல, குழந்தை யாரிடமும் செல்லாது என சொன்னார். அப்பாவின் தோள்களை விட பாதுகாப்பான இடம் வேறு உண்டா .கட்டியணைத்து கொண்டாள். புத்தக உலகத்தில் சென்றேன்.

"தோட்டியின்மகன்". அருமையான புத்தகம் தன் மகனுக்காக அவன் தந்தை செய்யும் செயல்கள்.

அதில் தந்தையோ தோட்டி வேலை செய்ய அவன் கையால் அவன் குழந்தையை தொட்டால் துர்நாற்றம் வீசும் என்பதால் அந்த குழந்தையை தூக்கவே இல்லை. வெளியில் அனைவரும் கல் நென்ற காரன் ,குழந்தை மேல் பாசம் இல்லையா என பேசினார்கள். ஆனால் அவன் வைத்த பாசமோ அந்த தாயை விட மேல்.

சிறிது நாட்களில் நோயினால் தாய் தந்தை இறக்கவே அவனும் தோட்டியாக மாறினான். "தாயின் சிறந்த கோவிலும் இல்லை தந்தை சொல் மிக்க மந்திரம் இல்லை" என்பது சரிதான். நல்ல கதை படித்து முடித்தேன்.

பிறகு ஜன்னல் இருக்கை கிடைத்ததும் உலகை ரசிக்க ஆரம்பித்தேன். தொடர்ந்து அமைந்த வீடுகள் அதில் தொடர்பில் இல்லாமல் மனிதர்கள். நான் முன்னேறி செல்ல தன்னை

தானாக பின் தள்ளிய மரங்கள் ,பூக்கடை வாசம். அதில் சில பூக்களில் நெகிழிபூக்கள் இடை இடையே உபயோக படுத்திருந்தார்.
" பயிர் செடிகள் வளரும் இடத்தில் தான் கள்ளிசெடியும் வளரும்."

கனகா அக்காவின் தட்டு கடை. அந்த கடை முழுவதும் உணவு இருந்தும் தன் பசியை அடக்கி வாழும் கனகா அக்கா.. உண்பவர்கள் அருகில் நின்ற நாய் அனைவரும் முகத்தை பசியால் பார்த்து கொண்டு குனிந்தது. இருவருக்கும் சரி ஒரே ஏக்கமே இன்று இரவு உணவு கிடைக்குமா என்று. கனகா அக்கா இருப்பதால் நாயின் ஏக்கம் தீர வாய்ப்புள்ளது.. மந்தமான இந்த நாளையும் கடந்து சென்றேன்.....

சி.ரா.சங்கர்17

பெண்ணியம்

நேற்று இரவு புத்தகம் வாசித்தேன். "பொன்னியின் செல்வன்" விறுவிறுப்பாக சென்றது கதைக்களம் .. அமரர் கல்கி கதை என்றாலே அது அழகு தான். இன்று புத்தகம் வாசிக்கும் அனைவரும் முதலில் பொன்னியின் செல்வன் படித்தவர்களாக தான் இருக்கும்.. படிப்பதில் கிடைக்கும் மனநிறைவை அவரால் எளிதாக தர முடியும். கதை சென்றது. கதைக்களம் அடுத்து என்ன ஆக போகிறது என படபடப்புடன் படித்தேன்.

"கரிகாலன் மரணம்" அதுவும் துரோகத்தால் வீழ்த்தப்பட்டான். இமயமலையில் புலி கொடி ஏறும் என கர்ஜித்து சொன்னவன். இன்று முதுகில் கத்தி பட்டு சாய்ந்தான். கல்கியினால் மட்டுமே இதை சிறப்பாக சொல்ல முடியும்.

ஆதித்தன் மரணத்திற்கு சோழ நாடே கண்ணீர் சிந்தியது. சேர நாட்டில் இருக்கும் நான் கூட சிறிது கண்ணீர் சிந்தினேன். அதை தாண்டி என்னால் வாசிக்க இயலவில்லை தூங்கினேன். கனவில் சோழ நாடு சென்றேன்... சுற்றி பார்த்தேன். கரிகாலனை காப்பாற்றினேன்.

எதிரிகளை அழித்தேன். கனவில் மட்டுமே நம் ஆசைக்கு ஏற்றார் போல் வாழ முடியும். சோழ நாட்டில் இருந்து சேர நாடு வர சிறிது தாமதம் ஆகியது. ஆகையால் சேர நாட்டில் யுத்தம் முடிந்தது. இன்றும் காந்தியவாதி பேருந்தில் தான் பயணம்.
அதே மகளிர்கூட்டம்..பேருந்து நகர்ந்தது பேருந்தில் வேககட்டுபாட்டு கருவி பொருத்தி இருக்க வேண்டும் என கடிகார முள் மட்டுமே வேகமாக சென்றது.. பேருந்து நகர மட்டுமே செய்கிறது. பேருந்தை கடந்து ஒரு ரதம் சென்றது. ஆம் எனக்கு பிடித்த நான்கு

சக்கர வாகனம். மனிதன் பிடித்த வாகனத்தை "ரதம்" என்றும் பிடிக்காத வாகனத்தை "எமன்" என்றும் தான் சொல்லுவான்
. நானும் மனிதனே.... என்னிடம் அதே போல் ஐம்பது வாகனம் இருக்கிறது. ஆனால் அது என் அமெரிக்கா வீட்டில்

கடந்து போன பயணங்கள்

நிற்கிறது. ஆம் என கனவில் நான் அமெரிக்காவில் வீடு கட்டினேன். அங்கேயே இந்த வாகனம். ஒருமுறை நிஜ வாழ்கையில் இதை வாங்க ஆசை. "கனவுகள் மெய்ப்பட வேண்டும்". சிறிது தூரம் கடந்து வாகன நெரிசலில் என் ரதம் அருகினில் காந்தியவாதி நின்றான். அவனை ரசிக்க சிறிது நேரம் வாய்ப்பு கிடைத்தது.

இராவணன் காலத்தில் இது இருந்தால் இலங்கைக்கு இதில் தான் சீதாவை அழைத்து சென்றிருப்பார். இரு இறக்கை மட்டும் கூடுதலாக இருந்திருக்கும்.

அத்தனை அழகு அந்த வாகனத்தில். அதன் நிறமோ கருநிறம் என் பாட்டி சிறு வயதில் கண்மை இட செய்த மை நிறம் அது. இவன் ஒரு சாகச வீரன் எளிதாக மலையில் எறுவான். அதற்காகவே இவனை தயார் செய்தார்கள்.

ஒரு நாள் இந்த கனவை நினைவாக்குவேன் என நினைத்து கொண்டேன் ... ஆனால் இப்பொழுது ரசிக்க மட்டுமே பாதககாரன் காவலர் வந்து நெரிசலை சரிசெய்தார் ...என் ஆசை என்னை தாண்டி வேறு ஒர் திசையில் சென்றது. என்றோ ஒருநாள் என் திசையில் நீ வருவாய் என நினைத்தேன்.

என் காந்தியவாதி புறப்பட வில்லை.. அவன் பின் நின்று தள்ள வேண்டும் என்று நடத்துனர் சொல்ல கல்கி மேல் கோவபட்டுவிட்டு தள்ளினேன். நான் சம்பளம் கொடுத்து அவனுக்கு நானே வேலை செய்யும் நிலமை.

வழக்கத்தை விட இருபது நிமிடம் தாமதமாகவே சென்றான். அலுவலகம் வந்ததும் காந்தியவாதியை இரு கையால் கூப்பி நன்றி சொல்லிவிட்டு கோவம் கலந்த சோர்வில் சென்றேன்....

மாலை எப்போது ஆகும் என கடிகாரம் பார்க்க அவனோ நான் காலை மட்டும் தான் வேகமாக செல்வேன் என நிராகரித்து விட்டான். அவனை கழற்றி என் பையில் சிறை பிடித்தேன்..

மாலை வரவே பேருந்து நிலையம் நோக்கி சென்றேன். சோர்வுடன் நின்றேன். பேருந்து இன்று முப்பது நிமிட தாமதம் என யாரோ சொல்ல எனக்கு என் கட்டில் தலையணையை தேடியது.

எப்போது உன்னை வந்தடைவேன் என்று தொலை தூர காதல் செய்பவர் போல கலங்கினேன். சிறிது நேரம் கழித்து பேருந்து வந்தது. சோர்வுடன் ஏறினேன். இருக்கையில் அமர்ந்தேன், பேருந்து சென்றது.. பெண் கூட்டங்கள் இடையில் ஒரு ஆண்.

முதலில் உறவினர் என நினைத்தேன்.. சிறிது நேரம் கழிய கழிய அவன் செயல் சரியாக இல்லை. ஒரு பெண்ணை இடித்து கொண்டே இருந்தான். அவன் நண்பன் அருகில் அமர்ந்து இருந்தான். சிறிது நேரம் கழிந்ததும் அவன் நண்பன் எழுந்தான், இவன் அமர்ந்தான். பிறகு அவனும் இடிக்க ஆரம்பித்தான்.. தொடர்ந்து நடந்து கொண்டே இருந்தது. அந்த பெண் கண்கலங்கி நிற்கிறாள். அவள் சில காலங்களில் மருத்துவர் ஆக போகிறாள் என நினைக்கிறேன்.

தன் உயிர் பார்க்காமல் பிற உயிரை காப்பாற்ற வேண்டும் என நினைத்த அந்த அன்னை தெரசாவின் வெள்ளை மனம் இந்த வெறிபிடித்த நாயினால் கலங்கி விட்டது. அவள் மன அழுகை இந்த

சத்தத்தில் எனக்கு தனியாகவே கேட்டது. உடனே அந்த பெண் அதே நிறுத்தத்தில் இறங்கி விட்டாள்..அவள் முகம் பார்க்க தெரிந்தது இது அவள் நிறுத்தம் அல்ல என இந்த வெறிபிடித்த பிராணி மீண்டும் முன் நின்ற சகோதரி மேல் பாய தொடங்கினான்.

அவள் நவீன கலாச்சாரத்தில் இருக்கும் பெண். இந்த மதம் பிடித்த யானைக்கு எல்லாம் ஒன்றுதான். என் முன்னே இருந்த இரு பெரியவர்கள் பேசிக்கொண்டார்கள்..

கடந்து போன பயணங்கள்

ஒருவன் சொல்கிறான் அவனுக்கு இவள் ஒத்துழைக்கிறாள், இப்படி இருந்தால் உலகம் என்ன ஆகும்..

அடுத்தவனோ ஒரு படி மேல் இவள் உடையே இதற்கு காரணம். கோபம் கூடியது அவனை விட இவர்கள் தான் கொடியவர்கள்.. கிழவன் பெரியார் சொல்வது போல்..
"அவள் விரும்பிய ஆடையை அணியட்டும்...
அவளின் அலமாரியில் உனக்கென்ன வேலை?""
அது சரி தான்..நானும் நினைத்தேன்.

இதே இடத்தில் நம் உறவு இருந்தால் இவ்வாறு தான் இருப்பேனா ? இல்லை என நினைத்து அவன் அருகில் செல்ல முயற்சித்தேன்... அதற்குள் "டப்" என சத்தம் கேட்டது. அவளோ கோவ பார்வையில் நிற்கிறாள் . அவள் கைகள் அவனது கன்னத்தில் படர்ந்து இருந்தது.. அனைவருக்கும் அவள் ஒரு ஆணாகவே தெரிந்தாள்..
எனக்கோ அவள் என் வீர அம்மை வேலு நாச்சியார் ஆக தெரிந்தாள். ஒருமுறையாவது பார்க்க வேண்டும் என நினைத்த உருவம் இன்று என் கண் முன் நின்றது.. அந்த மிருகம் அடிபட்ட மிருகம் போல் வெளியில் இறங்கினான்..

சிறிது நேரம் கழித்து கூட்டம் குறைந்தது. அடுத்த நிறுத்தத்தில் பெண்கள் ஏறவும் இல்லை.ஆனால் இந்த நடத்துனர் அதிக முறை அங்கே சென்று வந்தார். புதிதாக நியமித்த நடத்துனர் போல....அவரை நான் பார்த்ததே இல்லை. சிறு வயது ஆகவே உற்சாகமாக இருக்கிறார் என நினைத்தேன்.. பிறகு தான் தெரிந்தது அந்த நாய் செய்தது தான் இதுவும் செய்கிறது. இடித்து விட்டு அவளை பார்த்து ஒரு புன் முறுவல் செய்கிறான்.

என்ன உலகத்தில் வாழ்கிறோம்.. இந்த நாய்கள் செய்யும் செயலால் ஆண் வர்கதிற்கே அந்த சாபம் வந்து சேருகிறது.. பெண்கள் விபச்சார பொருளாக பார்த்து கொண்டிருக்கிறோம்.

ஒரு ஆணாக நான் பயணத்தை ரசிக்கிறேன்.
ஒரு பெண்ணாக எப்பொழுதும் பேருந்து பயணத்தை ரசிக்கவே முடியாது போல.

ஒரு பெண்ணாக வாழும் அனைவருக்கும் சகிப்பு தன்மை அதிகம் தான் போல இல்லை என்றால் உலகம் நின்றிருக்கும். பூமிமாதவும் பெண் தானே.

அனைத்து மதத்திலும் பெண் கடவுள் இருக்கிறாள். யாரும் இதை தண்டிக்க மாட்டாரா..? இதை மாற்றவும் முடியாதா என என் மனதில் ஆயிரம் கேள்வி. அதே போல் அந்த பெண்ணிற்கு நடக்கும் கொடூரத்தை பார்த்து கொண்டிருந்த மனிதனின் நானும் ஒருவனாகி போனேன் என்ற கோவம் எனக்குள்ளே வந்தது.

என் தாய் எனக்கு சொல்லி தந்தது விட அதிகமாக பெண்ணியம் பற்றி என் எதிர்கால மகனிடம் பேசுவேன் என சபதம் எடுத்துக் கொண்டேன்....

பெண் என்பவள் கண்ணாடி போல முடிவில் உடைவது அவள் மட்டுமே..
"பெண்ணியம் பேச தவறேல்..."
பேருந்து விட்டு இறங்கி கனகா அக்கா கடை நோக்கி சென்றேன்... அவளும் அவள் தேநீரும் ஒரு தன்னம்பிக்கை தந்தது......

கடந்து போன பயணங்கள்

நடுநிலை

நேற்று பேருந்து பயணம் எனக்கு பெண்மையும் பெண்மையில் ஆண்மையும் சொல்லி தந்தது.இன்றோ நான் போர் செய்யும்நிற்பந்தத்தில் இருக்கிறேன்.. காலை என் நண்பன் கைபேசி எனக்கு ஒரு குறுஞ்செய்தி அனுப்பினான். வேகமாக அலுவலகம் செல்ல வேண்டும் என வந்த குறுஞ்செய்தி அது. ஆகவே வீரமாக போர்க்களம் நோக்கி சென்று சண்டையிட்டு வெற்றி பெற்றேன்.. அதற்காக எனக்கு கிடைத்த பரிசு "ஜன்னல் இருக்கை". சிறு நிம்மதியாக அமர்ந்தேன்..

ஒரு பெரியவர் வந்து என் அருகில் அமர்ந்தார்.. இளையராஜா இசையில் எங்கள் காவல் தெய்வம் வந்தார்.. அவருக்கு இன்றும் இரண்டு ரூபாய் காணிக்கை இட வேண்டும். வேறு வழி இல்லை என நினைத்தேன். அந்த பெரியவர் என்னை பார்த்து தம்பி என் மகன் வெளியூரில் இருக்கிறான். அவனுக்கு கைபேசி அழைத்தால் செல்லவில்லை ஏன்? என்று பாரப்பா என சிறிய ரக கைபேசியை தந்தார். அதை பார்த்த உடன் பழைய நியாபகம்.... என் தந்தை கைபேசி இதே போல் தான்.

சிறுவயதில் ஒரு முறை விளையாட்டாக அதில் ஏதோ அழுத்தி வைக்க கைபேசியோ செயல் இழந்து நின்றது. அதற்கான கடவு சொல்லை சொன்னால் மட்டுமே அவன் பழைய நிலைக்கு செல்வான் ,என்ன செய்வது தெரியாமல் ஏதோ என்னை அழுத்த அது முழுவதும் செயல் இழந்து விட்டது. இப்போது அதில் பாதுகாப்பு என் கேட்டது. எனக்கோ இன்று பாதுகாப்பு இல்லை என மனதில் பயம். என் தடுப்பு சுவர் இறந்து விட்டார். என் பாட்டி இருந்தால் அப்பாவிற்கும் எனக்கும் தடுப்பு சுவராக இருப்பார்....

என் நண்பனிடம் கேட்க அவனோ பழுது நீக்கும் கடையில் கொடுக்க சொன்னான். இரண்டு நாள் முன் என் உறவினர் வரவே அவர் திரும்பி செல்லும்போது ஐம்பது ரூபாய் தந்து தின்பண்டம் வாங்க சொன்னார். அதை எடுத்துகடைக்கு சென்றேன்.அந்த உறவினர் மீது இன்றும் எனக்கு மரியாதை....

""பயன்தூக்கார் செய்த உதவி நயன்தூக்கின்
நன்மை கடலின் பெரிது.""
என்பது போல அவர் செய்த உதவி அப்பாவின் கோபத்தில்
இருந்து என்னை விடுபட செய்தது. இந்த அனுபவம்
அனைவருக்கும் இருக்கும். இதை சந்தித்த கடைசி
தலைமுறையும் நாம் தான். கனவில் இருந்து நிஜ உலகம்
வந்தேன்.

அவர் மகனுக்கு தொடர்பு கொண்டு பார்த்தேன். சிறு
அழைப்பு சென்று துண்டிக்க பட்டது . அவரும் என்
முகத்தையே பார்த்துக் கொண்டிருந்தார். அவரிடம் எப்படி
சொல்லுவேன் உங்கள் மகன் உங்கள் எண் அவருக்கு சென்று
தொந்தரவு செய்ய கூடாது என அவர் கைப்பேசி அழைப்பை
தற்காலிக நிறுத்தம் செய்து வைத்துவிட்டார் என்று..

அன்றோ வேலை களைப்பில் வரும் உங்கள் மீது அப்பா
என ஏறிருப்பான். அப்போது உங்களுக்கு தெரியாத தொந்தரவு
அவருக்கு இப்பொழுது தெரிந்தது...
கையில் பணம் இல்லாமல் மதிய சாப்பாட்டை மறந்து
தேநீர் குடிக்கலாம் என போகும் போது அவன் கேட்ட புத்தகம்
நியாபகம் வரவோ அதை குடிக்காமல் அவனுக்கு புத்தகம்
வாங்கும் போது எந்த தொந்தரவும் உங்களுக்கு இல்லை..
ஆனால் அதன் மூலம் படித்த அவருக்கு வந்துவிட்டது..
.நடுஇரவில் உடல் நலம் சரி இல்லா மகனை தூக்கி
மருத்துவமனைக்கு அழைந்த போது இல்லாத தொந்தரவு
அவனுக்கு வந்துவிட்டது...
குருவி சேர்ப்பது போல் சேர்த்த பணம் ஒரு நாள் அவன்
ஆசை படும் இரு சக்கர வாகனத்தை வாங்கி கொடுத்து அதற்கும்
சேர்த்து நீங்கள் உழைத்த போது இல்லாத தொந்தரவு அவனுக்கு
வந்தது போல... என நினைத்து விட்டு அவரிடம் சொன்னேன்.

அவர் குறிஞ்செய்தி அனுப்பி இருக்கிறார்.. "அன்பு அப்பா நான்
நலமுடன் உள்ளேன். வேலையில் உள்ளேன். ஆகையால்
உங்கள் அழைப்பை ஏற்க முடியவில்லைபிறகு
அழைக்கிறேன்."என கூறினேன். அவர் சந்தோசம் கலந்த

கடந்து போன பயணங்கள்

கவலையில் சொன்னார்.. எவ்வளவு கஷ்ட படுகிறான் என் மகன் . என் மேல் அதிக பாசம் அவனுக்கு அதனால் தான் இதுவரை முதியோர் இல்லம் அனுப்பவே இல்லை .

சொந்த ஊரில் ஒரு வீடு கட்டி தந்தான் அவள் இறந்த பிறகு நான் மட்டும் அதில் தனியாக இருக்கிறேன் என சொல்லி முடித்தார்..

என் மனதில் கவலை..அய்யா இதுவும் முதியோர் இல்லம் தான் அய்யா... ஆனால் அதை விட இது கொடூரமான தண்டனை. சிறிது சென்று நான் இறங்கினேன் அவரும் இறங்கினார்...

என் அலுவலகம் வேலையை மறந்து நாயர் அண்ணாவிடம் இரு தேநீர் சொல்லி அவரை கட்டாயப்படுத்தி குடிக்க வைத்தேன். அவர் சிரித்து விட்டு சொன்னார்.. நீ சொல்லிய பொய்யே என்னை சிறிது சந்தோச படுத்தியது.அவன் என்னிடம் பேசி ஒரு மாத காலம் ஆகிறது.. இருந்தும் அவன் அழைத்து, நான் நலமாக இருக்கிறேன் என சொன்னால் போதும் வேறு ஒன்றும் வேண்டாம் தம்பி. அவன் நலமாக இருக்க வேண்டும் .. அது போதும் என அந்த தெய்வம் சென்றது..

என் மனம் கலங்கி சென்றேன். காவல் தெய்வம் காணிக்கை வாங்க வில்லை என சந்தோசம் கூட மனதில் இல்லை..காலை நடந்த சம்பவம் மனதில் தொத்திக்கொண்டது.. இன்று சம்பள நாள் என்பதை மறக்கும் அளவிற்கு அது மனதில் பதிய வேலையும் சென்று கொண்டிருந்தது.

மாலை நேரம் வந்தது காத்திருந்தேன் பேருந்திற்காகவும் சம்பளத்திற்காகவும். பேருந்து முதலில் வந்து வெற்றி அடைந்தது..

இருக்கையில் அமர்ந்தேன்.. சிறிது நேரத்தில் என் கைபேசி நண்பன் அழைத்தான். நண்பா உனக்கு சம்பளம் வந்து விட்டது. நான் சரிபார்த்துவிட்டு உன் வங்கி கணக்கில் வைத்தேன் என்று குறுஞ்செய்தி அனுப்பினான். அவனிடம்

நன்றி சொல்லிவிட்டு சம்பளத்திற்காக காத்திருந்த செலவுகளை கணக்கிட்டு பார்த்தேன். முதலில் பணத்தை தாயிடம் கொடுத்து

அவள் ஆசியுடன் வாங்க வேண்டும். பிறகு யோசித்தேன்வீட்டு செலவுகள் கொடுக்க வேண்டும். வங்கியில் வட்டி கட்ட வேண்டும்.

பிறகு என் மேல் படிப்பிற்கு சிறிது தொகை ஒதுக்க வேண்டும். சகோதரி திருமணத்திற்கு தனிதொகை.என் வருங்காலத்திற்காக சேமிப்பு தொகை.

மறந்தே விட்டேன் என் ரதம் வாங்குவதற்காக சேமிப்பு வேண்டுமே .... ஆம் அதை எடுத்து வைக்க வேண்டும். மனதிற்கு பிடித்த சில புத்தகங்கள் புத்தகம் வாங்கும் வலைதள பக்கத்தில் பிடித்தமைக்காக ஒதுக்கப்பட்ட இடத்தில் உள்ளது. அதை வாங்க வேண்டும்.

அய்யோ காலை மாலை சென்று வந்தால் தான் இந்த பணம் கிடைக்கும். அதற்கு பேருந்து கட்டணம் வேண்டும்.
அதை எடுத்து வைப்போம். அறக்கட்டளை அமைப்பிற்கும் கொடுக்க வேண்டும். அதுபோக செலவிற்கு சிறு பணம் என் தேநீர் நண்பர்களை கண்டு மகிழ வேண்டும்.எல்லாம் பார்த்தால் என் சம்பளம் போல பத்து மடங்கு தேவை... தேவையில்லா மனிதன் யார் இருக்கிறான். மனிதனின் ஆசை என்றும் தீராது... சமாளிப்போம் என்று வங்கி கணக்கை பார்த்தேன். அதில் பணம் குறைவாக இருந்தது. ஏன் என மேல் அதிகாரியிடம் கேட்க அவரோ அலுவலக வேலை இல்லாமல் சிறிது நாள் மூடி கிடந்ததை காரணம் காட்டினார்..

நான் விடுப்பு கேட்காமல் கிடைத்த விடுப்பு அது.. அதற்கு நான் என்ன செய்வேன். நடுத்தர மக்கள் கோவம் உடலை விட்டு வெளிவராது.. நன்றி சொல்லி அழைப்பை துண்டித்தேன். அதை தாண்டியும் என் பணம் குறைந்திருப்பதை கண்டேன்.

ஏன் என என் கைபேசி நண்பனிடம் கேட்க அவனோ அவன் செயலியில் தேடி பார்த்து சொன்னான் வங்கியில் உன் பணம்

கடந்து போன பயணங்கள்

எடுக்க பட்டது. வங்கி சேவை அதிகாரியிடம் தொடர்பு கொண்டு பேசினேன்.. அவரோ குறைந்த மதிப்பு பணம் வைத்ததால் உங்கள் கணக்கில் பணம் பிடிக்க பட்டது ... பணம்

வராமல் இருப்பது என் தவறு அல்ல.. என் முதலாளி தவறு..அவர் தரும் குறைந்த சம்பளத்தில் என்னால் இதை தான் செய்ய முடியும். கோவம் கலந்த கவலை... அவருக்கும் நன்றி சொல்லி அழைப்பை துண்டித்தேன்..

வேறு என்ன செய்ய முடியும். மேல் இடத்தில் இருப்பவனும் மகிழ்ச்சியாக இருக்கிறான். கீழ் இடத்தில் இருப்பவனும் மகிழ்ச்சியாக இருக்கிறான்..
நடுத்தரத்தில் இருந்து கொண்டு ஒருவன் படும் கஷ்டம்... யாரிடம் போய் சொல்வது. சிறு சிறு விஷயத்தில் கூட அதிகம் யோசிக்க வேண்டும்.. அதில் தவறு நடந்தால் பண ரீதியாகவும் மன ரீதியாகவும் பாதிப்பு அடைந்து அதில் இருந்து மீண்டு வந்து மறுபடி அதை சரி செய்து ஒரு போராட்ட வாழ்க்கை நடத்தி கொள்கிறோம்..

அதில் நானும் ஒருவன் என்ற சோகம் கலந்த கர்வம் தெரிய என் ஆசைகளை குறைத்து விட்டு வீட்டிற்கு செலவு செய்ய எண்ணினேன். என் அருகில் ஒரு சிறு தம்பி இருந்தான். அவனும் நடுத்தர தம்பி தான். அவனிடம் மனதில் பேசினேன். தம்பி இப்போதே நிம்மதியாக தூங்கிக்கொள் . போராட்டம் நிறைந்த உலகம் காத்து கொண்டிருக்கிறது அதில் வாழ இப்போது ஓய்வெடுத்துக்கொள் என கூறினேன்.
ஒரு பெரியவர் அருகில் நிற்க நான் இருக்கை கொடுக்கலாம் என எண்ணினேன்.

ஆனால் அந்த தம்பி அடுத்த நிமிடமே எழுந்து அவருக்கு இடம் கொடுத்தான். நீயும் ஒரு நடுத்தர தாயின் வளர்ப்பில் வந்தவன் தான். உன் தாய் வளர்ப்பில் சிறந்தவள். பயணம் முடிய கீழே இறங்கி வந்தேன்.

நாய்க்குட்டி ஓடி வந்து காலை சுற்றியது . கனகா அக்காவிடம் உணவு வாங்கி கொடுத்தேன். அடுத்த நாள் போராட்டத்திற்காக இன்று ஓய்வெடுக்க சென்றேன்....

இருளரின் வெளிச்சம்

ஒரு மாதம் உழைத்த சம்பளம் ஒரு இமைப்பொழுதில் தீரவே அடுத்த இமைப்பொழுதில் தீர்ப்பதற்காக ஒரு மாத காலம் ஓட ஆரம்பித்தேன். இன்றோ யாரும் போர் புரியவில்லை ஏன் என்றால் இன்றோ வருண பகவான் விடுமுறை முடிந்து வந்துவிட்டார்.. கதிரவனோ விடுப்பு எடுத்து சொந்த ஊருக்கு சென்றிருக்கிறார் போல.....

பிடித்த இருக்கையில் அமர்ந்தேன். பேருந்து கிளம்பியது நடத்துனர் இளையராஜாவின் மெட்டுடன் வந்தார்..
பேருந்து கிளம்பி சில மணி நேரம் கழிந்தது .. எதிர் புற இருக்கையில் ஒரு பெண் இரு குழந்தையுடன் அமர்ந்தார்.. அவளோ இருளர் குடும்ப பெண். அருகில் நடக்கும் கோவில் திருவிழாக்களில் பாசி விற்க செல்கிறாள். அவளுக்கு உதவிட அவள் மகன் செல்கிறான். சிறுவயதில் குடும்ப சுமையா! பாவம். நேற்று நாம் நினைத்தது தவறு.

கீழ் உள்ளவர்கள் அடிப்படை வசதி கூட இல்லாமல் வாழ்கிறார்கள்...

கிழிந்த சட்டை வயது முதிர்ந்து சாயம் போன அரைகால் துணி. அவளோ கிழிந்த முந்தானையில் நனைந்த தன் மகனின் தலையை துவட்டுகிறாள். "அழகு" கவலையிலும் கொஞ்ச அவளால் மட்டுமே முடியும். ஜன்னல் ஓர இருக்கையில் அமர்ந்த தம்பி தன் தாய் அருகே ஒரு ஆண் அமர்ந்தான் என இடம் மாறி உட்கார கட்டளையிட்டான்..

அவன் பாதுகாப்பு கட்டளை கேட்டு அவளோ அமர்ந்தாள்.. தாயை காக்கும் மகன். தாயை காக்க மகனை விட பெரிய போர் வீரன் கிடையாது இங்கே மகிழ்ச்சியாக இருந்தது.. வருங்காலத்தில் பெரிய இராணுவனாய் வந்து தாயை காப்பது போல் தாய்நாட்டையும் பாதுகாப்பாய்... அவன் கண் அந்த ஆடவனை எரித்தது. பயத்தில் வேறு இடத்தில் சென்றான். நானும் ரசித்து விட்டு புத்தகம் வாசிக்க துவங்கினேன்...
"பாரதியின் கவிதைகள்"
அக்கினி குஞ்சொன்று கண்டேன் – அதை

கடந்து போன பயணங்கள்

அங்கொரு காட்டிலொர் பொந்திடை வைத்தேன்!
வெந்து தணிந்தது காடு
தழல் வீரத்தில் குஞ்சென்றும் மூப்பென்றும் உண்டோ?"""

இந்த வரிகள் தாய் காக்கும் இவனை போன்ற மகனிற்காக
உருவாக்கப்பட்டது என நினைக்கிறேன்... நானும் கண்டேன்
இன்று அக்னி குஞ்சொன்று... வாசித்து கொண்டே இருந்தேன்
திடிரென ஒரு சத்தம் குழந்தை அழும் சத்தம்... மெல்லிசை
மேளம் கேட்பது போல் இருந்தது. நம் இன்றைய
கதாநாயகனின் தங்கை. அவள் தாயோ "அழாதே ஆள
பிறந்தவளே" என தாலாட்டு பாடலை ஆரம்பித்தாள்.....

அழாதே ஆள பிறந்தவளே....
என்னையும் நம் மண்ணையும்...
ஆராரோ அரிரரோ

ஆராரோ அரிரரோ
உன் தந்தை யார் என்று நான் அறிவேன்
ஊர் அறியா...உன் தாயும் நான் தானே
என் தாயே அழுவாதே....
உன் அண்ணன் உடனிருக்க
பயப்படாதே பால்குடமே...
அவன் நம்மை கரை சேர்ப்பான்
தயங்காதே என் மனமே....
எங்கள விட்டா உனக்காருமில்ல...
பிறகு யார் அடிச்சி நீ அழுக...
பசிச்சா கனவுல பால குடி
நெசத்துல பால தர
உன் தாய்கிட்ட பாலு இல்ல...
நம்ம காலம் மாறாதோ
தாய் குலமே மாத்துவியோ..
உன்ன நம்பி நான் இருக்கேன்
சீக்கிரமா வளருவியோ...
நம் கஷ்டம் பல இருக்க
ஒவ்வொன்னா குறச்சிபியா.

என் வயத்துள்ள நீ பொறந்து
உனக்கென லாபமடி
ஒரு வேளை சோறு தர
என்னால முடியலயே....

என பாடி தன் கிழிந்த சேலையில் கண் துடைக்க கண்ணிரோ சேலை ஓட்டை வழியே கீழ் வீழ்ந்து தற்கொலை செய்தது.. அனைவரும் பாட்டு புதிதாக இருக்கிறது என பார்த்தார்கள். எனக்கு அவளோட உண்மை வரிகள் புரிந்தது.. பசியினால் அழும் குழந்தை தாய் பால் இல்லாமல் தன் தாய் பாடல் கேட்டு அமைதியாகிறது... 'என்ன உலகமடா இது'.

ஒரு குழந்தைக்கு பால் இல்லையா.. "தனி மனிதன் ஒருவனுக்கு உணவில்லை எனில் ஜகத்தினை அழித்திடுவோம்" சொன்னான் முண்டாசு.. இங்கே ஒரு சமுதாயத்திற்கு உணவில்லை.... அவள் நிறுத்தம் வரவோ உடனே சென்று என் உணவை கொடுத்தேன். செல்லும் வழியில் வாங்கி கொள்ளலாம் என நினைத்தேன். கீழே இறங்கி அவள் செய்த செயல் ஒரு தாய்நாய் தன் குட்டிகளுக்கு பால் கொடுத்து கொண்டு இருந்தது. அவள் உணவில் சரிபாதி நாய்க்கு சென்றது.. பால் சுரக்க தாய்நாய்க்கு உணவு போதுமானதாக இருந்தது.... என் தாயே நீ சமுதாயத்தில் தான் இருளர் .ஆனால் உன் மனமோ ஆயிரம் திருவண்ணாமலை விளக்கின் ஜோதி... அந்த இராணுவ வீரன் கை அசைக்க நானும் அசைத்து விடை பெற்று கொண்டேன்.. அலுவலகம் வரவோ அந்த தாய் செய்ததை நினைத்து மகிழ்ச்சியில் நடந்தேன்.....

மாலை வேலை முடிந்து பேருந்து நிலையம் வரவோ ஒரு ஆனந்த அதிர்ச்சி காத்து கொண்டிருந்தது... என் சிறுவயது சிநேகிதன் நின்றான் நிறுத்தத்தில்.. வருடங்கள் கழிந்தபின்னும் அவனை பார்த்த உடன் கண்டு பிடித்தேன்.. அவனும் என்னை பார்த்த உடன் வந்தான். அவனை பார்த்து பத்து வருடங்கள் கடந்து விட்டது. இன்றும் அதே சிரிப்பு . பேருந்து வந்ததும் அவனும் அதில் ஏறினான். சிறு வயதிற்கு செல்ல இருவரும் தயார் ஆனோம்....

கடந்து போன பயணங்கள்

எங்கள் கணக்கு வாத்தியார் அடித்தார் என அவரை கரும்பலகையில் அழகாக வரைந்த ஓவியனும் இவன் தான்.

.எங்கள் உடற்கல்வி ஆசிரியர் வெயிலில் நிற்க வைத்தார் என அவரை அழகான கவிதைகளால் திட்டிய கவிஞனும் இவனே...

இன்றோ ஆசிரியராய் இருக்கிறான்... அவன் இன்றோ எந்த மாணவனையும் அடிப்பது இல்லை.வாழ்க்கை ஒரு வட்டம் என்பது அவனுக்கு தெரியும்... அந்த வயதில் சாமிக்கு வைக்கும் பாக்கை எடுத்து வாயில் போட்டு விட்டு அவன் வந்த விதம் மது பிரியனும் மயங்கி போவான். அவன் நடிகனாக சென்றிருக்கலாம் பாவம் அவனுக்கு பிடிக்காத நபராக அவனே மாறிவிட்டான்.

பள்ளி புத்தக பையில் புத்தகம் தவிர அனைத்தும் இருக்கும். ஒரு நாள் மாங்காய் எடுத்து வந்தான். அதை நறுக்க கத்தி இல்லை உடனே இரும்பு அளவுகோலை எடுத்து அதை கல்லில் தீட்டி கத்தியாக மாற்றினான்.

அதற்கு அவனுக்கு கிடைத்த வெகுமதி கணக்கு ஆசிரியரிடம் இருந்து பிரம்பு அடி . அறிவியல் ஆய்வு செய்ய வேண்டி ஆசிரியர் உப்பு கேட்டார் என சத்துணவுகூடம் அக்காவை மன்றாடிய நாட்கள் அழகானவை.....

தள்ளு வண்டி கடைகளில் விற்கும் பாடல் புத்தகம். அதை அனைவரும் சேர்ந்து பாடுவோம்.

எங்களுக்கு தாளம் போட்ட என் நண்பன் தாகம் தீர்க்கும் தண்ணீர் கடை வைத்து உள்ளான். அவன் கடையில் தாளம் ஒலித்து கொண்டே இருக்கிறது 'பாட்டில்களில் மூலம்'... அன்றைய நாட்கள் அழகானவை.

எங்கள் தமிழ் அய்யா தமிழ் எடுக்கும் விதம் அதுனால் நான் தமிழ் பித்து ஆனேன். இன்றோ அவர் கடவுளை பார்க்க சென்றுவிட்டார். கடவுளுக்கும் தமிழ் மேல் பற்று போல.. அதனால் தான் அவரை அழைத்து சென்றார். அவர் இறந்தாலும் அவர் கற்பித்த தமிழ் என்னை போல் ஒவ்வொருவன் வாழ்க்கை கதையிலும் இடம் பெறுகிறது.

நிகழ் காலம் வந்து அவனிடம் கேட்டேன் நம் தாய் நலமா என்று ,என் சில நாள் பசி போக்கியவள் அவள். அவள் தரும் கூட்டாஞ்சோறு இன்றும் என் நாவில் நாட்டியமாடும். அவள் பத்து மாதம் சுமந்து பிறக்காத பையன் நான்.

இன்று அவனுடன் சென்று பார்க்க விரும்பினேன். அவனோ குரல் தாழ்த்தி அவள் என்னை விட்டு சென்று இரண்டு வருடம் கடந்தது .... என் சிரிப்பை கவலை ஆட்கொண்டது. சிறிது நேரம் மௌனம்.

பேருந்து முழுதும் சலசலப்பு ஆனால் எனக்கு மட்டும் அந்த வளர்ப்பு தாயின் குரல் . அப்போது கூட அந்த தாய்

கண்ணா சாப்பிடியா என்று கேட்கிறாள்.   கண்கலங்கி நின்றேன் அந்த தனித்து விடப்பட்ட உலகில்.... .கடவுள் உலகில் உள்ள அனைத்து நல்ல உள்ளங்கள் எல்லாம் அழைத்து கொண்டார் . அவரை சுற்றி மட்டும் தான் நல்லவர்கள் இருக்க வேண்டும் என ஆணவம் போல.

பிறகு நண்பனுக்கு ஆறுதல் கூற முடியாமல் அவனை பார்த்தேன். அவனோ 'விடு நண்பா காலம் அதன் வேலையை செய்து கொண்டே தான் இருக்கிறது'...

பிறப்பு இறப்பு என அனைத்தும் நிகழும்...நமக்கு பிடித்தவர்கள் செல்லும் போதுவரும் மனகஷ்டம் நாள் போக்கில் மறந்து விடும் 'கஷ்டம் மட்டுமே' மறக்க முடியும் அவர்களை அல்ல...

உலகில் வாழ நமக்கு கிடைப்பதோ சில நாட்கள் அதில் போட்டி பொறாமை கஷ்டம் நஷ்டம் கவலை சந்தோசம் அன்பு பாசம் அனைத்தும் கடந்தே செல்கிறோம். மேலே சொர்க்கத்தில் நடக்கும் தேர்விற்கு இங்கே வகுப்பு நடக்கிறது.

கடந்து போன பயணங்கள்

இதில் சரியாக வாழ்ந்து விட வேண்டும் என நினைத்து ஜன்னல் கம்பியில் சாய்ந்தேன்... .நடந்துனரோ கண்ணதாசன் வரிகளில் அமையும் பாடல்கள் பாட ஒலிப்பெருக்கிக்கு கட்டளை விதித்தார். கண் இமை காதலிக்க ஆழ்ந்து

தூங்கினேன். நேரம் கழிந்தன என் காதில் அந்த பாடல் வரிகள் விழுந்தன.
"""வந்தவரெல்லாம்
தங்கிவிட்டால் இந்த
மண்ணில் நமக்கே
இடமேதுவாழ்க்கை என்பது
வியாபாரம் வரும் ஜனனம்
என்பது வரவாகும் அதில்
மரணம் என்பது செலவாகும்
போனால்
போகட்டும் போடா"""""

கண்ணதாசன் வரிகள் வாழ கற்று கொடுக்கும். இமை காதலை பிரித்து எழுந்தேன். அருகில் இருந்த நண்பனை காணவில்லை. சிறு நேரத்தில் என் கைபேசி நண்பன் உன் அருகில் இருந்த நண்பன் அலைக்கிறான் என கூற அவனிடம் பேசினேன்.
அவனோ நீ அயர்ந்து தூங்கினாய்.அதனால் தான் உன்னை தொந்தரவு செய்யாமல் வந்ததாக சொன்னான். நேரம் கடந்து என் நிறுத்தம் வரவோ கண்ணதாசன் வரிகளோடு பேருந்து விட்டு சென்றேன்..

பசியின் கயிறு

நண்பனை பார்த்த மகிழ்ச்சி. அவன் தாயை இழந்த சோகம் கலந்து சென்றது நேற்றைய நாட்கள்....இன்று பேருந்து நிலையம் கிளம்பினேன். இப்போது எல்லாம் போர்க்களம் சகஜமாகிவிட்டது. பேருந்து நிலையத்தில் என் எமனை காணவில்லை. காத்திருப்பு இருக்கையில் அமர்ந்தேன்.

ஒரு கண் தெரியாத அப்பா தாளம் இட்டுக்கொண்டு பாடுகிறார். ஒரு அம்மா சுத்தி இருக்கும் அனைவரிடமும் தர்மம் எடுக்கிறாள். இதற்கு ஏன் இப்படி கூட்டம் அருகில் சென்று பார்த்தேன். ஒரு பத்து வயது குழந்தை கையில் சாட்டை வைத்து தன்னை தானே அடித்து கொள்கிறது.

இனி இந்த பூமிக்கு வாழ வருவாயா என்று அதற்கு அவனே தண்டனை கொடுத்து கொண்டு இருந்தான்...
'கடவுளுக்கு கொடுக்கும் தண்டனையும் இதுவே'. அவன் அடிக்கும் ஒவ்வொரு அடியிலும் அவன் தாய் தந்தை கண்களில் கண்ணீர் வர வர அழுதுகொண்டே சந்தோச பாடலை பாடுகிறார். அவர் மகளோ ஒரு கயறு மேலே நடக்க ஆரம்பித்தாள்.
விளையாட்டு வீராங்கனை ஆக அவள் பயிற்சி எடுக்கவில்லை. அடுத்த வேளை உணவிற்கே இந்த போராட்டம்.

உடனே அவர்களுக்கு அதிக பண உதவி செய்து சிறிது நாட்களாவது அடுத்த வேளை உணவிற்காக அவர்களை காப்பாற்றலாம் என நினைத்து என் பையை திறந்தேன்...

பயணசீட்டு போக கனகா அக்கா கடையில் உண்பதற்காக வைத்திருந்த இருபது ரூபாய் மட்டுமே இருந்தது. இது அவர்களின் ஒரு வேளை பசி கூட நீக்காது. மன புலம்பலுடன் சுற்றி பார்த்த அனைத்து கல் நெஞ்ச மனிதனில் நானும் ஒருவன்.. வேறு வழி தெரியாமல் கையில் இருந்து இருபது ரூபாய் போட்டு விட்டு பேருந்தில் ஏறினேன்.

கடந்து போன பயணங்கள்

அந்த கூட்டத்திலும் அந்த பெண் தேவதை கையில் கம்பு வைத்து கொண்டு கயிற்றில் நடந்தது தெரிந்தது.அவள் பார்வை திடிரென வேறு திசையில் செல்ல நானும் என் பார்வையை அதே திசையில் செலுத்தினேன்.

ஒரு ஆடம்பர நான்கு சக்கர வாகனம் .அதன் மேல்புறம் மூடி திறக்கும் வகையில் இருந்தது. அதில் ஒரு பெண் குழந்தை மேலே நின்று சுற்றி பார்த்து கொண்டிருந்தாள். கீழே அவள் அம்மா அவளை பிடித்து இருந்தாள்.

முன் பக்க இருக்கையில் அப்பா வாகனத்தை இயக்க அவர் மகனோ அருகில் கைபேசியில் விளையாடி கொண்டிருந்தான். நொடி பொழுதில் அந்த வாகனம் கடந்தது.

அவள் கனவு வாழ்கையும் கடந்தது . அவள் முக ஏக்கம் ஒரு முறையாவது இப்படி வாழ மாட்டோமா.?

கடவுள் தராசில் கோளாறு போல. இல்லை கடவுளும் கல் நெஞ்சம் தான் போல. அதனால் தான் கல்லில் செதுக்கி வைத்தார்களோ ? புரியாத புதிர் அவர். அங்கே ஒரு அழகான செயல் நடந்தது.

ஒரு குருவி அதன் இருப்பிடத்தை அதுவே உருவாக்க தொடங்கியது.. கயிற்றில் நிற்கும் சிட்டுகுருவியே. நீயும் ஒரு நாள் உன் வாழ்க்கை கூட்டை கட்டுவாய். அதுவரை கலங்காமல் காலத்தை கடந்து ஓடு. பேருந்து கிளம்பியது

காலையே மன குழப்பம். நடத்துனர் பயணச்சீட்டை கிழித்து தந்தார். ஒரு முதியவர் என் அருகே அமர்ந்தார். சிறு புன்னகையுடன் ஒரு நிறுத்தத்தின் பெயரை கேட்டு இது வந்த உடன் சொல்லப்பா. நானும் சம்பளமில்லா அந்த பதவியை ஏற்றேன். அவர் கண் இமைகள் சிறிது நேரத்தில் காதல் வயப்பட்டது.

மெதுவாக என் மேல் சாய்ந்தார். சிறிது நேரத்தில் அவர் கைப்பேசி அழைக்க அவர் காதல் மனைவி எதிர்ப்புறம்...

என்னங்க பாப்பா வீட்டிற்க்கு அருகில் சென்றுவிட்டீர்களா. மாப்ள உங்களுக்காக நிறுத்தத்தில் காத்து கொண்டிருக்கிறார் 'சீக்கிரம் போங்க'...அதற்கு இவரோ ஆமா நானும் ஓட்டுனரிடம் சொல்லி விட்டேன். அடுத்த நிறுத்தத்தில் அவர் இறங்கி விடுகிறேன் என சொன்னார்.

நான் வேகமாக ஓட்டி வந்துவிடுவேன். அதற்கு அவளோ "டேய்கிழவா" உனக்கு கொழுப்பு கொஞ்சம் சாஸ்தி என்று சொல்ல இவரோ கண்ணம்மா கைபேசி சத்தத்துடன் வைத்துள்ளேன் .. அவளோ வெக்கம் கலந்த சிரிப்புடன் ஏன் நீ கிழவன் தானே என சிரித்தாள். இவரோ ஆமா நான் கிழவன்

இவளுக்கோ அடுத்த மாசி வந்தால் இருபத்து இரண்டு வயது ஆக போகிறது. போடி கிழவி என சொல்லி அழைப்பை துண்டித்தார். நான் சிரிப்பதை பார்த்து விட்டு என்னை பார்த்து நாங்கள் இப்படித்தான் பா விளையாடி கொண்டே இருப்போம்.

நாங்கள் காதல் திருமணம் தான் செய்தோம் நாங்கள் காதலிக்கும் போது கூட இந்த அளவு அவள் என் மேல் பாசம் வைத்தது இல்லை.

அவள் எனக்காகவே வாழ்கிறாள் தம்பி. அவள் பெற்றோர் சிறு வயதிலேயே தவறி விட்டனர்எங்கள் காதலுக்கு அவள் உறவினர்கள் குறுக்கே வர அவர்களை உதறி தள்ளிவிட்டு வந்தாள்.. உடனே என்னை நம்பி எப்படி வந்தாய் என்றுநான் கேட்டேன்.

அவள் அதற்கு சொன்ன பதில்

உன்னிடம் என் தாயின் பாசத்தையும் என் தந்தையின் பாதுகாப்பையும் உணர்ந்தேன்.. இன்று வரை கவலையாக இருக்கும் போது என்னை அம்மா என்றும் பயத்தில் இருக்கும் போது அப்பா என்றும் தான் அழைப்பாள். இப்படித்தான் ஒருமுறை என சொல்ல வந்தார் நான் தடுத்து நிறுத்தி அய்யா உங்கள் நிறுத்தம் வந்து விட்டது . நானும் சேர்ந்து வருகிறேன் . மீது கதைகளை வெளியே வைத்து சொல்லுங்கள் என கூறினேன்.

அதற்கு அவரோ அவளை பத்தி பேசஆரம்பிச்சா இந்த நாள் போதாது தம்பி என கூறி இறங்கினார். அனைவரும் வாழாத ஒரு உலகில் இருவர் மட்டுமே வாழ்கிறார்கள்.

முதல் நீ என தொடங்கி அந்த முதியவர் முடிவும் நீ என வாழ்ந்துவிட்டார் . அலுவலகம் அருகில் வர எழுந்து சென்றேன்..

கடந்து போன பயணங்கள்

மாலை நேர ஈர காற்று மேலே வீச நடந்து சென்றேன் பேருந்து நிலையம் நோக்கி...பேருந்து வர தாமதமாகவே நாயர் அண்ணாவின் தேநீர் கடைக்கு சென்றேன்.

சிறிது நேரத்தில் பேருந்து வரவோ இருக்கையில் இடம் பிடித்தேன். காலை சென்ற அதே பேருந்து . நடந்துனர் என் முன்னே இருந்த பயணிகளுக்கு சீட்டு கிழித்து கொடுக்கமால் என் அருகில் வந்தார். இன்று காலை உன் அருகில் இருந்த பெரியவர் உன் உறவினரா தம்பி? என கேட்டார்.

இல்லை அய்யா இந்த பேருந்து தந்த உறவு அது என கூற அவர் பண பையை திறந்து ஒரு கண்ணாடி பெட்டியை தந்தார். இது அந்த பெரியவர் தொலைத்து விட்டு சென்றார் நானோ அவர் இறங்கிய நிறுத்தம் தெரியும் அவரை சந்தித்தால் கொடுக்கிறேன் என கூற அவரும் தலை ஆட்டியபடி என்னிடம் தந்தார். அந்த பெரியவர் கண்ணாடிக்கு இன்று முதல் நான் பாதுகாவலன் ஆனேன்.

கண்ணாடியை பார்த்தேன் . அது சிறிது பழுதடைந்து இருந்தது. ஆம் வருஷங்கள் பல கடந்து விட்டது. இந்த கண்ணாடிஎத்தனை சந்தோசத்தை அவருக்கு காட்டி கொடுத்திருக்கும்..

எத்தனை கவலைகளை மூடி மறைத்திருக்கும்...
எத்தனை கண் கலங்குதலை வெளிக்காட்டாமல் மறைத்திருக்கும்
எத்தனை அழுகையை துடைத்திருக்கும்.
அவர் காதல் மனைவியின் எத்தனை முத்தங்களை பெற்றிருக்கும்...

அதனால் தான் அதற்கு ஓய்வு கொடுத்தார் போல அந்த பெரியவர். அதை பாதுகாப்பாக என் பையில் வைத்தேன். புத்தகம் எடுத்தேன்

கல்கியின் "பார்த்திபன் கனவு".. கல்கி பெயர் கேட்டால் மனதில் ஒரு சந்தோசம். கதை கண்டிப்பாக அழகான கதைகளத்தோடு தான் இருக்கும். கல்கியின் உலகில் பயணித்து கொண்டு இருந்தேன். திடிரென என் உலகில் ஒரு சத்தம் .

கல்கி உலகில் இருந்து என் உலகம் நோக்கி வந்தேன். ரோட்டோர கடைகளை அப்புறப்படுத்தி கொண்டு

இருந்தார்கள் காவலர்கள் . அந்த மக்கள் காவலர்கள் காலில் விழுந்து கேட்டும் நிறுத்தவில்லை. இங்கே பெரிய பொழுது போக்கு பூங்கா வர போகிறதாம் என சகஜமாக கூறினார். கடனிற்கு வாங்கிய பொருள்கள் அனைத்தையும் அடித்து நொறுக்கி விட்டார்கள்.

அன்றாடத்தை அழித்துவிட்டு அதன் மேல் ஆடம்பரத்தை அமைக்க போகிறார்கள். ஏழையின் வயிற்றில் கல் அடுக்கி அதில் கேளிக்கை பூங்கா. அது பணக்காரர்களுக்கு கேளிக்கையாக தான் இருக்கும். காக்கை கூட்டில் வாழும் குயிலுக்கு எப்படி தெரியும். அந்த கூட்டை கட்ட காக்கை பட்ட கஷ்டங்கள்.

அரசியல் பழகாத என்னை போல் ஆட்கள் இருக்கும் வரை எதையும் மாற்ற முடியாது. பேருந்து நிறுத்தம் வர இறங்கி கனகா அக்காவின் கடை தேடினேன். காணவில்லை ஏக்கத்தில் தேடினேன்.
சிறிது தூரம் தாண்டி கடையை தள்ளி கொண்டு போனார்.

ஓடி சென்று கேட்டேன் அவளோ சிரித்து விட்டு இது எங்களுக்கு பழகி போய்ட்டு தம்பி என சொன்னாள்.

ஒருவர் சிரித்தால் அதை பார்க்கும் நமக்கு கண் கலங்குமா?...கலங்கியது எனக்கு. ஏழையின் சிரிப்பில் குடி கொண்ட இறைவன் இன்று வேறு வாடகை வீடு தேடினார் போல கனகா அக்காவின் சிரிப்பில் ஆயிரம் மன குமுறல்கள் மட்டுமே இருந்தது.

நாளை நான்கு தெரு தள்ளி கடை போடுகிறேன் தம்பி முடிந்தால் வா என கூறினாள். என உட்டச்சத்தே உன் தேநீர் தான் அக்கா வருகிறேன் என கூறி வந்தேன்.

ஒரு அதிசயம் அந்த முதியவரை பார்த்தேன். என பாதுகாப்பு வேலை இன்றே பறி போகும் என நினைக்க வில்லை. அவரை பார்த்ததும் கண்ணாடியை கொடுத்தேன். அவரும் கண் கலங்கி என்னை கட்டி அணைத்து கன்னத்தில் முத்தம் தந்தார்.

மிக்க நன்றி தம்பி இது என் கண்ணம்மா எனக்கு தந்த முதல் பரிசு என கூறினார்.

எத்தனை பாரதி இந்த உலகில் .. என் அறை நோக்கி சென்றேன்......

கடந்து போன பயணங்கள்

குட்டி நாய்

கனகா அக்காவின் தேநீர் சுவையை நினைத்து கொண்டே காலை பேருந்து நிலையம் வந்தேன். கனகா அக்கா தேநீர் நினைவு கூட என்னை மந்தமாக்கியது. நேரம் கடந்து சென்றேன் என் சிவப்பு நிற ரதத்தை காணவில்லை. ஆம் எமன் ரதமாக மாறிவிட்டான். இருக்கையில்அமர்ந்தேன். நேற்று காலை பார்த்த நடைபாதை கடைகள் அழிந்தது. அதன் மேல் இயந்திரம் மூலம் சமன் செய்யும் வேலை நடந்தது. அதற்காக அவர்கள் உபயோகித்த நீர் எனக்கு மட்டும் சிவப்பாகவே தெரிந்தது.

அருகில் ஒருவர் நேற்று அடித்த மது தெளிந்து எழுந்து நடந்தார். சிட்டுக்குருவி தன் கூட்டை இன்னும் கட்டி முடிக்கவில்லை.

அருகில் கழிவு நீர் ஓடையாக மாறிய ஆற்றில் விடப்பட்ட குழந்தையின் கத்தி கப்பல் பிளாஸ்டிக் பாட்டிலில் இடித்து மூழ்கியது

.இப்போது அது நீர் மூழ்கி கப்பலாக மாறியது.... என் பழைய ஆசிரியர் மகன் அபுபக்கர் அவன் பள்ளியில் நடக்கும் மாறு வேட போட்டிக்காக முருகர் வேடமிட்டு இருந்தான். கடவுள் தரிசனம் காலையில் கிடைத்தது.

என் ரதம் வரவோ ஏறி அமர்ந்தேன் சிறிது நேரத்தில் அண்ணா என ஒரு கை என் கையை தட்டியது. யாரு என்று பார்த்தேன். முகத்தில் சிரிப்பு வந்தது.

அடடா! தங்கச்சி நீயா நலமா என இருவரும் விசாரித்து கொண்டோம். அவள் கணவன் கிராம கணக்கில் புன்னகைத்தார். என் முன்னே இருந்த இருக்கையில் அமர்ந்தார்கள். அவள் யார் என்று சொல்லவில்லையோ. அவள் என் நண்பனின் காதலி. இல்லை இல்லை முன்னால் காதலி. ஆகையால் தான் நான் அவளுக்கு அண்ணனாக மாறினேன்.

கல்லூரி நாட்களில் இவளிடம் காதல் சொல்ல என் நண்பன் பட்ட பாடு இப்பொழுது நினைத்தால் சிரிப்பாக வருகிறது. இவள் பின்னால் செல்வான் ஆனால் இருவருக்கும் இடைப்பட்ட தொலைவு தொடர்வண்டியின் தொடர்ச்சி போல்

தூரமாக இருக்கும். ஒரு மிதிவண்டியில் மூன்று பேர் செல்வோம். அவள் வீட்டு தெருக்கள் இப்போது சென்றால் கூட எங்களை அடையாளம் காட்டும்.
அவள் தெருவின் நாய்களுக்கு ஆயுட்காலம் அதிகமாக இருந்தால் இப்போதும் எங்களை பார்த்து குரைக்கும்.
அவள் வெள்ளி கிழமை வழக்கமாக கோவில் செல்வாள். அதற்காக என் நண்பனோ கோவில் நடை திறப்பதற்கு முன்பு அங்கே நிற்பான். தனியாக செல்ல மாட்டார் அந்த முதலமைச்சர்   .

அவருக்கு பாதுகாப்பாக நாங்கள் செல்வோம். அவள் மூன்று முறை சுற்றும் கோவிலை நாங்கள் முற்பது முறை சுற்றிருப்போம். அதனால் தான் என்னமோ என் நண்பன் அரசு அதிகாரியாக மாறிவிட்டான்.

ஒரு வருட போராட்டத்திற்கு பிறகு தான் காதலை சொன்னான்.. அந்த நாளில் அவன் பட்ட ஆனந்தம் எல்லையயற்றது. காலை அவள் வீட்டு வீதியில் நின்று அழைத்து கொண்டு வருவான். ஒருமுறை அதை அவள் அப்பா காண அன்றிரவு முதல் அவள் சிறையிடபட்டாள் வீட்டின் படுக்கை அறையில். எங்களிடம் வந்து குழம்பி கொண்டு இருந்தான்

நாங்கள் தான் நண்பர்கள் ஆயிற்றே... உடனே அவனை அழைத்து அவள் வீட்டில் இரவு குதித்து சென்றோம். அந்த சிறையில் எங்களுக்கு உதவ சிறை கதவின் நண்பன் ஜன்னல் இருந்தான். இயற்கை காற்று வர வேண்டும் என அவன் இதயத்தை திறந்தே வைத்தான். அதன் வழியில் என் நண்பன் அவளை கண்டான். நாங்கள் பாதுகாப்பிற்காக இரு புறமும் நின்றோம்.

இராமனை கண்ட சீதை போல் அவள் மனம் உருகி நிற்க எங்கள் கதாநாயகனோ ஆறுதல் கூறி நின்றான். ஒரு மணி நேர ஆறுதல் பிறகு சிறை காவலரான அவள் அம்மா வரவோ ஜன்னல் இதயத்தை மூடி ஓடிவிட்டாள்.
அவனுக்கு நாங்கள் ஆறுதல் கூறி அழைத்து சென்றோம். அதன் பிறகு ஒரு நாள் இவனுக்கு அழைப்பு வந்தது.
எதிர் புறம் அவள்....

கடந்து போன பயணங்கள்

அவளுக்கு திருமணம் ஆக போகிறதாம். என்னை அழைத்து செல் என கூறினாள். இவனோ இல்லை வேண்டாம் என்னால் முடியாது என துண்டித்து விட்டான் இவள் காதலையும் சேர்த்து....

இன்றோ அவளுக்கு ஒரு குழந்தை. வேடிக்கையாக இருக்கிறது. காலம் வேகமாக தான் செல்கிறது போல .இவள் கணவன் அரசு வங்கி ஊழியர் .அதனால் தான் முகத்தில் சிரிப்பை காணவில்லை...

என் தங்கை மகன் பின் திரும்பி என்னிடம் விளையாட ஆரம்பித்தான்.. நேரம் சென்றது. அவர்கள் நிறுத்தம் வரவோ அவன் மாமா என அழைத்து கையசைத்து விடை பெற்றான்...

அவளோ என்னை பார்த்து தயக்கத்தோடு கண் அசைவில் கேட்டாள். அவர் நலமா என என் தங்கை உணர்வை புரிந்து நானும் தலை அசைத்தேன். காலம் ஓடினாலும் நேரங்கள் தாண்டினாலும் அவள் காதலன் அவள் மனதில் எங்கயோ வாழ்ந்து கொண்டு தான் இருக்கிறான்.

என் நிறுத்தம் வரவோ பழைய நினைவுகளுடன் இறங்கி சென்றேன்...

மாலை நேர குளிர் காற்று முக தாடைகளை உரசி செல்ல பேருந்து நிறுத்தம் வந்து நின்றேன். என் ரதமோ அசைந்து வந்து என் அருகில் நிற்க ஏறி இருக்கையில் அமர்ந்தேன்.

ஓட்டுனர் அருகே உள்ள இருக்கை தான் கிடைத்தது. நடத்துனர் விசில் சத்தம் கேட்க அந்த பழைய ரதத்தின் இயக்கியை ஓட்டுனர் அசைக்க அந்த சத்தம் உடன் ஜன்னல் கதவுகளும் ஓசை எழுப்ப ஆரம்பித்தது. ஒரு சிறிய கச்சேரியே நடத்தலாம் போல இருந்தது.

முன் நின்று சாலையை பார்க்கும் போது அது வேறு ஒரு கண்ணோட்டத்தை உருவாக்கியது. மனம் படபட என்று இரட்டைகிளவியில் அடித்தது ..எதிரில் வரும் வாகனம் என் ரதத்தை இடிப்பது போல் வருகிறது ஆனால் அருகே வந்தால்

எங்களை கடந்து செல்கிறது. பயமாக இருந்தாலும் ஒருவகை புத்துணர்ச்சியுடன் இருந்தது...

ஓட்டுனரும் ரதத்தை இயக்குகிற முறை நான் படித்த மகாபாரதத்தின் கண்ணன் ஓட்டியது போல் இருந்தது..அவரோ பதினெட்டு நாள் தான் ஓட்டினார் இவரோ பதினெட்டு வருஷமாக ஓட்டுகிறார்.

இப்போது ஒரு நேர் வழி சாலை..
சூரியன் வீடு திரும்புகிறார். அந்த நேர் வழி சாலை அதி நீளமாக இருக்க அதன் கடைசியில் சூரியன் நிற்கிறார். இரு புறமும் தென்னை மரங்கள் போல உயர்ந்து நின்ற காற்றாலை இருந்தது. அந்த நெடு வழி முடிவில் சூரியன். சொர்க்கம் செல்லும் வழி இதுதானோ போல காற்றியளித்தது.. அழகை ரசிக்கஆரம்பித்தேன்.

திடிரென என் ரதம் தாண்டி இருசக்கர வாகனம் பறந்து சென்றது. சொர்க்கத்திற்கு வேகமாக செல்ல ஆசை போல என நான் நினைக்க ஓட்டுனரோ அதையே சொல்லி திட்டினார் அவர் பாஷையில்.... நடத்துனர் பாடலை போட ரதம் இன்னும் சொர்க்கமாக மாறியது.

திடிரென ஓட்டுனர் கால் ரதத்தை நிறுத்தும் பெடல் மேலே காதல் வயப்பட்டு இறுக்கமாக கட்டி அணைத்து கொண்டது. நான் என் இருக்கையை விட்டு சிறிது முன் சென்று வந்தேன்.

எங்கள் பேருந்து முன்பு ஒரு நாய்குட்டி அடிபட்டு இறந்து கிடந்தது. அதன் மேல் இரண்டு மூன்று வாகனங்கள் மேல் ஏறி சென்றிருக்கும் போல உடல் சிதைந்து இருந்தது. அதன் அருகில் தாய் நாய் நின்று அழுகுரலில் ஓலமிட்டது.
என் ரத ஓட்டுனர் நிறுத்தவோ அந்த தாய் உயிர் தப்பியது... யாருக்கு தெரியும் அதுவும் தற்கொலை செய்து கொள்ள நின்றதோ தெரியவில்லை. அதை தடுத்த ஓட்டுனரை பார்த்து குரைத்து கொண்டே தன் இறந்த குட்டியை வாயால் கவ்வி

கடந்து போன பயணங்கள்

சென்றது. ஓடி விளையாடி திரிந்த நாய்குட்டி கால்கள் இல்லாமல் கிடந்தது. அது இறக்கும் போது எவ்வளவு வலிகளை அனுபவித்திருக்கும். அது இப்போது நினைத்திருக்கும்

உயிர் வாழ தானே வந்தேன். மனித பிறவிகளின் வளர்ச்சி பாதை எங்களை போல குட்டிகளை பரி கொடுக்கவோ. நான் இறந்த போது கூட துடிக்கவில்லை. நான் இறந்து விட்டேன் என தெரிந்தும் என் மேல் இரண்டு மூன்று முறை உங்கள் கண்டுபிடிப்பால் என் மீது ஏறி சென்றீர்கள். அப்போது தான் அதிகமாக வலித்தது. என் தாய் என் உடலை பார்த்து அழும் போது கூட யாருக்கும் இரக்கம் வர வில்லையா. அவள் வாயால் என்னை தூக்க வைத்தீர்கள்.

எந்த தாயிக்கும் இந்த நிலமை வரவே கூடாது. அம்மா அழாதே நீ என்னிடம் சொல்லிருந்தா நான் சென்றிருக்க மாட்டேன். ஆனால் அந்த திறனை கடவுள் நமக்கு தரவில்லை. முட்டாள் மனிதனுக்கு கொடுத்தும் அவன் உபயோகிப்பதில்லை. அடுத்த ஜென்மம் உன் வயிற்றில் நான் பிறக்க வேண்டும். தெரு நாயாக இல்லாமல் எதோ பங்களா வீட்டின் உயர் தர நாயாக பிறப்போம் அம்மா. அப்போது தான் உயிர் பிரிந்தால் கூட தூக்கி போட ஆட்கள் இருப்பார்கள்.

அப்போது கூட இந்த சுயநல மனிதனாய் பிறக்க வேண்டாம் அம்மா. நான் சென்று வருகிறேன் அம்மா நீ அழும் குரல் கேட்க முடியவில்லை. என் சகோதரனை பத்திரமாக பார்த்து கொள் அம்மா...

இப்படி சொல்லிருக்குமோ என நினைத்த என்னால் கூட தாங்க முடியவில்லையே. அது எந்த அளவு வலியை அனுபவித்திருக்கும்.

வாகனத்தில் செல்லும் போது தொலைவில் விலங்கோ பறவையோ நின்றால் சிறிது வேகம் குறைத்து செல்லுங்கள்... அந்த சிறு நேரத்தில் நாம் எந்த நாட்டையும் ஆள போவதுமில்லை. அதையும் தாண்டி அடிபட்டால் முதலுதவி செய்யுங்கள்..

சி.ரா.சங்கர்43

அது இறந்து விட்டால் அதற்கு இறுதி சடங்கு செய்யுங்கள்.கடவுள் அனைத்து உயிர்க்காக தான் இந்த உலகை படைத்து இருக்கிறார். நேரம் செல்ல என் நிறுத்தம் வரவோ இறங்கி நேராக அக்கா கடைக்கு சென்று தேநீர் அருந்தினேன். என் காலை சுற்றிய நாய் குட்டி ஓடி வந்தது. என்றும் இல்லாத ஒரு பாசம் அதன் மேல் வந்தது. தூக்கி கொஞ்சி விட்டு அதற்கு சொல்ல விரும்பினேன் சாலையில் குறுக்கே செல்ல கூடாது என . ஆனால் புரிந்து கொள்ளும் மனிதனே தவறு செய்யும் போது இந்த குட்டிக்கு எப்படி புரியும். என் இருப்பிடம் நோக்கி நடந்தேன்...

கடந்து போன பயணங்கள்

முடிவின் தொடக்கம்

நேற்று அழகான காலையாகவும் அமைதியான மாலையாகவும் இருந்தது. இன்று காலை சேவல் கூவுவதற்கு முன்பு என் கைப்பேசி நண்பன் கூவினான். எதிர்ப்புறம் என் மேல் அதிகாரிஅய்யோ காலை இந்த நரி ஓசையில் விழிக்கிறேன். என்ன ஆபத்து காண போகிறேனோ என நினைத்த கொண்டு அழைப்பை எடுத்தேன்.
அவரோ இன்று கண்டிப்பாக நீ சீக்கிரம் அலுவலகம் வர வேண்டும் என கனத்த குரலில் கூறி அலை பேசியை வைத்தார்.

நான் கடினப்பட்டு கிளம்பி பேருந்து நிலையம் வரவோ ரதம் என் கண் முன்னே சென்றது. ஓடி சென்று பிடிக்க நான் உசைன் போல்ட் அல்ல ஆகயால் கை அசைத்து அனுப்பி வைத்தேன். அடுத்த பேருந்து வரும் வரை காத்திருந்தேன். திடிரென இரு குருவி பறந்து என்னை கடந்து சென்றது. அதன் மேல் என் பார்வை போக அது நேற்று வீடு கட்டி முடிந்தது போல இன்று குடி புகர்ந்தது. அது கட்டிய கூடு சிறிதாக இருந்தாலும் அழகாக இருந்தது. கடவுள் தான் பெரிய கண்டுபிடிப்பாளன்..

இந்த குருவியை அழகாக அறிவாக வடிவமைத்து இருக்கிறார்.. பார்த்து கொண்டே இருந்தேன். இதை போல் தானே நடுத்தர மக்கள் ஆசையும்.
சிறிய வீடாக இருந்தாலும் அது தங்கள் சொந்த வீடு என்ற உணர்வு. அதற்காக எத்தனை நேர உணவை மறந்து

வேலை பார்க்கிறார்கள் ஒரு நாள் பொழுது விடியும் என நம்பிக்கையில் தான் இத்தனை கஷ்டங்கள் படுகிறார்கள். அந்த அழகான குருவிகள் ஆனந்தத்தில் கூட்டை சுற்றி சுற்றி வந்தது. சிறிது நேரத்தில் அங்கே வந்த வண்ணம் அடிப்பவர்கள் ஒரு குச்சியை எடுத்து அதை தட்டி கீழே இழுத்து போட்டார்கள்.
குருவியும் பறந்து கொண்டே அந்த காட்சியை பார்த்து பார்த்து கீச் கீச் என சத்தமிட்டது. நான் சென்று கேட்டேன் எதற்காக தட்டி விட்டீர்கள் என அவர்களோ பிரதமர் பேருந்து நிலையம் கடந்து செல்ல இருக்கிறார். அதற்காக அவசர ஏற்பாடு. சொல்ல வார்த்தையின்றி நின்றேன்

சி.ரா.சங்கர்45

என் பேருந்து வரவோ அதில் அமர்ந்தேன். ரதமோ கிளம்பியது. இடம் கிடைக்காமல் சூரிய ஒளி பெற தயார் ஆனேன்... இசை கருவியை இசைத்து கொண்டு நடத்துனர் அழகாக இருந்த அந்த பயணசீட்டை கிழித்து தந்தார்.

சிறிது நேரம் செல்ல செல்ல வேறு வழியாக பேருந்து சென்றது.   என்ன என விசாரித்தேன். பிரதமர் அந்த வழியாக வருகிறார் எனவே அங்கே சாலை வேலை நடைபெறுகிறது.

மாற்று வழியில் பேருந்து இயக்கப்படுகிறது. அந்த கரடுமுரடான சாலையில் தினமும் ஒரு விபத்து வாடிக்கையாக நடந்தது. அப்போது சரி செய்யாத சாலை இப்போது சரி செய்யப்படுகிறது.

சாலை முழுவதும் காவல் துறையினர் பாதுகாப்பிற்காக நின்றனர்.   மே மாத வெயில் ரதத்தின் உள்ளே இருக்கும் என்னால் கூட முடியவில்லை.. அனல் காற்றின் வெப்பத்தை தாங்க ......
ஆனால் அவர்களோ படித்து பட்டதாரி பட்டம் பெற்று காக்கி சட்டையின் மேல் கொண்ட காதலால் ஒரு வருடம் முழுவதும் தேர்விற்கு தயாராகி அதே நேரம் உடல் தேர்விற்கும் தயாராகி கடினமாக உழைத்து காவலன் ஆகி பிரதமர் செல்லும் வழிக்கு பாதுகாத்து கொண்டிருக்கிறார்...

அவர் செல்லும் சாலை சீரமைக்கப்படுகிறது.   அவர் செல்லும் பாதை அழகு படுத்த படுகிறது. அந்த சாலை முழுவதும் கட்சி தொண்டர்கள் முன் நின்று சந்தோசமாக நிற்கிறார்கள் .   அவர்கள் பின் நின்று கண்ணீர் மல்க உதவி கேட்கும் சமானியர்களை அவர்கள் முன் செல்ல விடுவதில்லை.

இதை எல்லாம் பார்க்கும் போது கட்டாய திருமணம் செய்யும் பெண்ணின் முகம் போல இருக்கும்.
சாயம் பூசிய உதடு சிரிக்கிறது.
கரு மை கண்கள் அழுகிறது

கடந்து போன பயணங்கள்

போல எங்கள் ஊர் காட்சியளிக்கும். இதற்கு அவர் விமானத்திலேயே செல்லலாம். கடைசியாக முதலமைச்சர்

வரும்போது சரி செய்யப்பட்ட
எங்கள் ஊர் நான்கு வருடம் கழித்து இன்று சரி செய்யப்படுகிறது.

கூவம் மேல் கம்பளி மட்டுமே விரிக்கிறார்கள். ஒரு சாமானிய ஓட்டுனரின் வாகனத்தில் அவர்கள் பயணம் செய்தால் நம் கஷ்டம் அவர்களுக்கு புரியும்.

நேரம் கடந்து கொண்டே இருந்தது. வெகு நேரம் கடந்து விட்டது இறுதியாக என் அலுவலகம் அடைந்தேன். வாசலில் என் உயர் அதிகாரி என்னை வாசலில் நிறுத்தி ஏன் தாமதம் என கேட்டார். பிரதமர் கதை கூறி பேருந்து தாமதம் என கூறி முடித்தேன்.

என்னை போல் இரு சக்கர வாகனத்தில் வந்தால் சீக்கிரமாக வரலாம் என கூறினார். நானும் பத்து நாள் முன்பு வரை இருசக்கர வாகனத்தில் வந்தவன் தான். அதற்கு எரிவாயு என் ஒரு நாள் சம்பளத்தில் பாதி. அதனால் தான் பேருந்து பயணம் என்று என் பக்கம் உள்ள நியாயத்தை கூறினேன்.

அது அவரை அவமதிப்பதாக கூறி வேலையை விட்டு தூக்கினார்.

பணிந்து கேட்டும் அவர் மனம் இறங்கவில்லை. நன்றி கூறி விடை பெற்றேன். என் ரதம் நிற்கும் இடம் வந்து நின்றேன். ரதம் வந்தது ஆனால் எறவில்லை. என் கால்கள் நாயர் கடை நோக்கி நகர்ந்தது.

மனதில் ரத்தஅழுத்தம் குறைக்க நான் மருந்து எடுத்துக்கொள்ள சென்றேன். நாயரிடம் தேநீர் கேட்டு உட்கார்ந்தேன். நாயர் தேநீர் போடும் அழகை ரசித்து கொண்டே இருந்தேன். தேநீரும் வந்தது. "ஆஹா ஆஹா" அனைத்தும் மறக்க வைக்கும் தேநீர். நாயரின் கடைசி தேநீரை அருந்தினேன். அவருக்கு கை கொடுத்து நன்றி சொல்லி விட்டு விலகினேன்.

என் ரதம் வந்து நின்றது. எனக்கு பிடித்த இருக்கையில் அமர்ந்தேன். கூட்டம் இல்லை.

கிழிந்த பயணசீட்டுடன் என் பயணம் தொடங்கியது. இந்த பேருந்து எமனாக இருந்து பின்பு ரதமாக மாறியவன்.
வேலை போனது கஷ்டம் தான் . அதைவிட இந்த பயணத்தை இனி பயணிக்க முடியாது என்ற கவலை தான் அதிகமாக இருக்கிறது எத்தனை பாடங்கள் புகட்டியது இந்த பேருந்து..
எத்தனை உறவுகளை தந்தது இந்த பேருந்து.
எத்தனை நினைவுகளில் கொண்டு சென்றது இந்த பேருந்து..

ஒவ்வொரு முகமும் கண் முன் வந்து சேர்ந்தது...என் வாழ்வின் அழகான பயணங்களில் இந்த பத்து நாள் பயணமும் சேரும். அதிகமாக பேருந்தில் பயண பட ஆசை வந்தது. இந்த ஜன்னல் இருக்கை எத்தனை ஊர்களை காட்டியது.

இந்த நடத்துனர் பை எத்தனை இளையராஜா மெட்டு போட்டது. அழகான தருணம். மறக்க முடியா மனிதர்கள்.. சிறிது கண் மூடி கனவு உலகத்தில் சென்றேன் அங்கே கூட பேருந்து பயணம் தான்..

நேரம் கடக்க என் நிறுத்தம் வரவோ நடத்துனரிடம் இரண்டு ரூபாய் வாங்கி கொண்டு இறங்கி சென்றேன். என் பார்வை அந்த பேருந்து பக்கம் திரும்பவே ஓட்டுனர் மணி எழுப்பினார். அந்த ரதம் என்னை வழியனுப்பி வைத்தது. ஒரு அரசியல்வாதி வருகையால் இன்று என்னை போல் எத்தனை சாமானியன் கஷ்ட படுகிறானோ என நினைத்து கொண்டு நடக்கவே சிட்டு குருவி சத்தம் கேட்க மேலே என் கண்கள் சென்றது.

அங்கே காலை பார்த்த அதே குருவி தான் வாயில் குச்சிகளோடு புதிதாக கூடு கட்ட ஆரம்பித்தது. அந்த சின்ன சிட்டு குருவி சொல்லி தந்தது சிறந்த பாடத்தை.

கடந்து போன பயணங்கள்

எதற்காகவும் சோர்ந்து விடக்கூடாது என அடுத்த வேலை தேட ஆரம்பிக்கும் யோசனையில் கனகா அக்கா கடை நோக்கி நகர்ந்தேன்.

இரண்டே நாட்களில் எனக்கு வேலை கிடைத்தது. இருந்தும் மாதம் ஒரு முறையாவது என் அலுவலக இல்லை இல்லை என் முன்னால் அலுவலக வழி செல்லும் ரதத்தில் பயணித்து நாயர் கடை தேநீரை அருந்தி விட்டு தான் வருகிறேன்.....

கடந்து போன பயணங்கள்